TIẾNG ĐÀN HOÀI NIỆM

TIẾNG ĐÀN HOÀI NIỆM
Thơ **Trương Xuân Mẫn**
94 bài thơ
Tranh bìa: Pablo Picasso .
Trình bày Bìa: Trương Duy Mỹ Khê .
Phụ bản: Đào Hải Triều
Đọc bản thảo: Lê Đàn, Nguyễn Chí Huy
Dàn trang (lay out): Lê Hân, Nguyễn Thành
Bản thảo xong vào ngày 20 tháng 2/2020
Nhân Ảnh Xuất Bản **2020**
ISBN: 9781989993644
Copyright © 2020 by Truong Xuan Man

TRƯƠNG XUÂN MẪN

TIẾNG ĐÀN HOÀI NIỆM

Thơ

NHÂN ẢNH
2020

XIN CHÂN THÀNH CẢM ƠN
QUÝ VỊ ÂN NHÂN, THÂN HỮU ĐÃ ỦNG HỘ:

- Ô.bà bác sĩ Chánh Việt + bác sĩ Tống Diệu Liên
- Bác sĩ Lynn Ngô, nghệ nhân (Stanford Hospital, CA)
- Nhà báo Huỳnh Lương Thiện, Đài PT Tiếng Mõ Bắc, CA
- Ông Lê Đàn, kỹ sư, nhân sĩ, thân hữu TP. Fremont, CA
- Ô.bà Hà Lý, doanh nhân, thân hữu TP. Fremont, CA
- Ô.bà Lê Văn Chiêu, TGĐ Hệ thống Lee Sandwiches
- Ô.bà Trần Khánh Hưng, chủ nhân Hưng Phát Jewelry
- Ô.bà Scott K.Vo, giám đốc Sharp Dimension.
- Ô.bà bác sĩ Chung Hữu Vũ + bác sĩ Trang Thuy Vu
- Nhà báo Cao Ánh Nguyệt, chủ nhiệm Tuần báo Phụ nữ Cali
- Nhà thơ, Giáo sư Tiến sĩ Phạm Quang Minh
- Ô.bà bác sĩ Đặng Vũ Báy, Oakland, CA
- Ô.bà bác sĩ Nguyễn Thế Triều Huy + Thùy Nga
- Ô.bà bác sĩ NK Nguyễn Hoàng Tuấn + Quỳnh Mai
- Ô.bà Hiệp Nguyễn Xuân + Thu Loan, đồng hương QNĐN
- Ô.bà bác sĩ Nguyễn Ngọc Tuấn
- Nhà báo Lê Văn Hải, chủ nhiệm Báo Thằng Mõ, San José
- Ô.bà Tony Đinh & Trung Nhu, Century 21 Real Estate
- Ô.bà Nguyễn Trung Cao, nhân sĩ, Oakland, CA.
- Bác sĩ Hiền Ngọc Nguyễn
- Ô.bà bác sĩ Nguyễn Hoàng Hải
- Giáo sư Lê Mộng Hoa & Nguyễn Hùng (Huynh trưởng Du Ca)
- Ô.bà Đào Hải Triều, họa sĩ
- Ô.bà luật gia Trần Minh Lợi, Báo Mõ San Jose
- Ô.bà Uông Tiến Thắng, nhân sĩ
- Ô.bà Trịnh Tùng + Thanh Hương, SQKQ VNCH
- Ô.bà Giáo sư Nguyễn Thuận, Lê Nhúc , Hội ĐH.An Giang
- Ô.bà Trần Chánh Tùy, SQQLVNCH, Hội ĐH. NhaTrang
- Bà Hoàng Bích Hạnh (Du Ca SG 1975), Đoàn Du Ca Nam Cali
- Ô.bà Lê Kha + Trần Mai Hương, Đoàn Du Ca Bắc Cali

- Bác sĩ Sophie Đào Kiều Liên, Đoàn Du Ca Bắc Cali
- Ô.bà Kỹ Sư Đỗ Đình , Đoàn Du Ca Bắc Cali
- Ô.bà nhạc sĩ Đào Nguyên và phu quân
- Kỹ Sư Nguyễn Hưng (Lockheet Inc.), Đoàn Du Ca Bắc CA
- Ô.bà bác sĩ Tô Ngọc Ẩn
- Bà Bích Hy, doanh nhân Hội ĐH QNĐN
- Ô.bà Lily Huệ Đỗ, SQQLVNCH
- Ô.bà Lê Văn Chính, nhân sĩ San Leandro, CA
- Ô.bà Bác Sĩ Trần Khiết Hoàng Oanh
- Ô.bà Sam Hồ + Mỹ Linh, San Jose Evergreen College

Thơ Trương Xuân Mẫn qua giòng cảm nghĩ bất chợt của anh em bè bạn chung quanh gần xa ...

@ SONG NHỊ (nhà văn, nhà thơ):
Trương Xuân Mẫn, *cây viết, cây đàn, ống kính* ...

Trương Xuân Mẫn và tôi quen nhau ngót 1/4 thế kỷ. Ngày đó, tôi và anh cùng làm việc tại hãng điện tử *Eratek*. Số công nhân trong hãng không đông nên chúng tôi dễ gần gũi nhau. Ngày đầu tiên nhận việc, gặp tôi, Anh hỏi tôi tên gì. Tôi nói: "Tên thật của tôi, anh không biết, nhưng anh có nghe bút hiệu Song Nhị không? Anh liền đọc hai câu cuối trong bài thơ *"Gởi Người Dưới Trăng"* của tôi: *"Ta ngồi vẽ lại trăm năm / Ôm pho tượng cổ băn khoăn đợi người"*. Tôi vui và có cảm tình ngay với anh. Thông thường không phải là một nhà thơ, hay ít ra là một người yêu thơ thì không bao giờ thuộc một, hai câu thơ của người khác.

... Lần lượt tôi và TXMẫn cũng rời hãng Eratek. Anh về hãng điện tử của gia đình; tôi về hãng Sanmina. Tháng năm trôi qua đến nay Trương Xuân Mẫn vẫn chung thủy với cây đàn và chiếc máy ảnh. Buổi sinh hoạt nào của cộng đồng cũng có anh. Hôm nay anh ấn hành 4 tuyển tập: Ảnh, Thơ, Bút ký và Nhạc, đóng góp một phần vào sinh hoạt văn chương nghệ thuật và văn học hải ngoại của cộng đồng Việt lưu dân.

Nói về thơ, với tư cách người phụ trách ấn hành và giới thiệu tác phẩm thơ của một số đông tác giả, tôi có nhận xét Thơ Việt Hải Ngoại, nói riêng những tác giả cộng tác với Cội Nguồn và tạp chí Nguồn thì các tác giả có chất thơ và thi ngữ sáng tạo, mới lạ mà sâu lắng, gồm có Trương Xuân Mẫn, Hùng Vĩnh Phước, Cao Nguyên, Phan Thị Ngôn

Ngữ, Vi Khuê... Đọc thơ của các nhà thơ này, người yêu thơ khi buông quyển sách xuống, tâm hồn lâng lâng như vừa nhấp xong một ly rượu qúy.. Xin chúc mừng nghệ sĩ Trương Xuân Mẫn với những đứa con tinh thần đáng yêu.

Song Nhị, *San Jose 7/2020*

@ ĐÀO HẢI TRIỀU (họa sĩ): Đọc các bài thơ *"Nụ Cười Vô Cảm"*

Cảm ơn Anh Mẫn, bài thơ tuyệt! Thấy gần gũi quá!

* Bài thơ *"Tôi đi tìm tôi"*: thơ hay quá!

"Chùm thơ Trương Xuân Mẫn": Những bài thơ nóng chảy tình người và những không gian tình cờ bắt gặp tràn đầy âm ngữ.

@ HÙNG VĨNH PHƯỚC (nhà thơ):

Đọc *"Chùm thơ Trương Xuân Mẫn"*: Cũng nhờ đọc thơ anh mới hiểu được một phần của Trương Xuân Mẫn. Anh dùng thơ để nói thay cho tâm sự nhiều người, bởi vậy thơ anh được người yêu thơ yêu thích. Cũng tình huống cảm xúc ai cũng trải qua nhưng qua thơ anh (với cách diễn đạt và sử dụng ngôn ngữ độc đáo) người ta mới cảm nhận rõ ràng hơn, mới "thấm thía" hơn...

@ VỆ TRÀ HUỲNH KIM ANH (nhà thơ): Rất thích bài "Tiếng Chim và tiếng Đàn" của Anh.

@ NGỌC BÍCH (nhà thơ):
Đọc bài thơ *"Tặng Hoa"* trên Phụ Nữ Cali, tôi đã cắt và "sous-verre" trên bàn làm việc.

@ NGUYỄN TÂM (nhạc sĩ, nhà báo, luật sư, nghị viên):
Đọc các bài thơ:
* *"Nỗi Niềm"*: Tuyệt!
* Bài thơ *"Đọc báo"*: Hay bất ngờ!
* Bài thơ *"Tiếng Dế Kêu"*: Sâu sắc, bất ngờ, tàn bạo, thấm thía.
Đúng là thơ hay! (Khác hẳn bài Huế khuôn sáo hôm nọ...)
* *"Chùm thơ Trương Xuân Mẫn"*: Hay lắm, rất cám ơn. Thơ vậy mới là thơ Trương Xuân Mẫn.
* Bài thơ *"Ngày mai thứ Năm"*: Rất hay, cảm xúc chân tình.
*Bài thơ *"Bài ca tự do"*: Hay! Nhớ gom lại làm tập thơ liền, kẻo trễ! *Tâm, 2017*

@ LÊ ĐÀN (nghệ nhân, kỹ sư, nguyên giám đốc điều hành Cty Stratamet):
Chúc mừng Trương Xuân Mẫn cho ra đời một lần... "sinh bốn": Tập Ảnh, Tập Thơ, Tập Nhạc, Tập Ký, góp phần vào vườn hoa văn học nghệ thuật của người Việt hải ngoại...

*Đọc các bài thơ *"Lữ Hành Ca"*, *"Tiếng đàn hoài niệm"*:
Thơ của Trương Xuân Mẫn sao u uất và nhuốm đậm màu bi quan quá! Có gì khắc khoải, ray rứt, và dai dẳng suốt hành trình của một lữ khách cô đơn.

*Bài thơ *"Thằng bạn tôi"*: Thơ hay quá! Nên đúc thành tuyển tập. Cám ơn Trương Xuân Mẫn chia sẻ.

@ DIỄN NGHỊ (nhà văn, nhà phê bình văn học):

Đọc *"Chùm thơ Trương Xuân Mẫn"*: Hồi tưởng thuộc tính nội tâm. Hồi tưởng tái hiện nhiều góc cạnh quá khứ một thời: cảnh vật, nơi chốn, con người, hiện tượng, ước mơ và cảm xúc đối lập vô thường đã trở thành dấu ấn đậm màu trong tiềm thức. Hồi tưởng đồng thời là nguồn cảm hứng sáng tạo nghệ thuật, văn chương. Trương Xuân Mẫn nhớ một người bạn thơ, có tính "không giống ai", tìm nơi cùng cốc tĩnh lặng, rong chơi, đọc sách, chăn bò và làm làm thơ... Một cây đàn bặm bụi bỏ quên từ lâu mùa chinh chiến, khoảnh khắc gợi hứng so dây còn vang vọng âm thanh ngập tràn hoài niệm mênh mang mà xa khuất. Những nỗi niềm thương nhớ lùi sâu vào cuộc phù trầm, biến đổi giữa thế giới nhập nhòa hư thực, cuối cùng còn lại ta... 'cõi người ta' sớm chiều loanh quanh vòng tục lụy...

@ TRẦN KIÊM ĐOÀN (Giáo sư, Tiến sĩ, Nhà thơ):

Chúc mừng Trương Xuân Mẫn.

Từ Du Ca đến Nhiếp Ảnh rồi Thi Ca...

Mỗi chặng đời đều có dấu ấn riêng của nó.

Hơn nửa đời gom hết những tinh hoa và tài hoa nghệ thuật của Trương Xuân Mẫn chắc cũng đủ để vui "riêng một góc trời"...

Thân chúc vạn sự lành.

@ HUỲNH LƯƠNG THIỆN (nhà báo, Giám đốc ĐPT Tiếng Mõ Bắc Cali).

Đọc bài thơ *"Nụ Cười Vô Cảm"*, *"Ngày mai thứ năm"*: Rất hay! Cảm ơn. Bài thơ hay này, báo Mõ SF đã đăng vào tuần rồi trang 159. Thân. HLT

@ NGUYỄN TRUNG CAO (nhân sĩ):

Đọc *"Chùm thơ Trương Xuân Mẫn"*:
Kính chào anh Nhạc sĩ! Làm thơ hay, quá tuyệt vời!
Xin gửi tặng người nhạc sĩ đa tài mấy vần thơ ngẫu hứng:

*"Làm thơ giải tỏa nỗi sầu
Hỡi người tri kỷ ở đâu bây giờ?
Tặng anh nhạc sĩ làm thơ
Suối thơ lai láng bên bờ sông xanh."*

Chúc anh thành công. NTC.

@ NGUYỄN NGỌC DUNG (Hội luật khoa Sàigòn, San Jose. Đoàn viên đoàn Du Ca Bắc Cali):

Đọc bài thơ *"Ma Sơ"*: Cám ơn anh TXMẫn đã gởi những giòng thơ đầy tâm trạng, phần nào nói lên được nỗi niềm... Cảm thông với những giọt nước mắt muộn màng khi sực nhớ và đã mất.

@ VÂN YẾN (xướng ngôn viên, MC, đoàn viên Du Ca Bắc Cali):

Anh Trương Xuân Mẫn ơi, em thích nhất 2 bài: *"Nỗi niềm"* và *"Thằng bạn tôi"*. Nghe thật thấm thía.

@ TÔN NỮ QUỲNH DIÊU (Đồng Khánh 67-72. Viết văn, làm báo)

Cám ơn anh, đọc bài thơ *"Huế và Tôi Ơi"* của anh thấy nhớ Huế vô cùng: "Sao lúc ở Huế, chán buồn như rứa, Nhưng khi xa lại nhớ Huế vô cùng?"

Thật là đúng tâm trạng của nhiều người con xứ Huế.

Q. Diêu

@ **KIM THƯ TÔN NỮ ÁO TÍM** (nhà văn):

Đọc bài thơ *"Giao Ước"* Nì, nghe sao chua chát quá! Có gì đó cứ âm ỉ râm ran đeo bám. *"... Nếu tôi điên thì hãy để tôi điên. Chẳng hay ho khi tỉnh với muộn phiền."*

* Đâu đó phảng phất "mùi vị chính trị" rất bóng bẩy, sâu sắc, nhẹ nhàng nhưng lại rất hay: *"Khẩu hiệu ngổn ngang... giăng kín con đường che ánh bình minh"* (Em bé Sapa)

Tôi thường gặp Trương Xuân Mẫn dưới đôi mắt của một "tay phó nhòm" chuyên nghiệp. Rồi đọc nhiều thơ của Anh trên Tạp Chí Nguồn, Tuần Báo Phụ Nữ Cali, các báo...Một *"Ma Sơ"* đầy tâm trạng. Một *"Mộng Du"* thì xin miễn bàn. Thâm thúy và sâu sắc quá! Không thể nói là hay mà "hơn cả hay" là gì nhỉ? Tuyệt! Ồ! Thật thú vị, TXMẫn, một con người "nhỏ nhắn" mà "muôn mặt". Không đơn giản "lùi xùi" như bên ngoài. Lầm chết! Gần như ai cũng lầm. Khi cầm ống kính, anh là một phó nhòm. Khi cầm cây đàn, anh "sống" trong sóng nhạc. Anh thành một "con người khác". Khi làm thơ, viết nhạc, anh thật sự thoát ra khỏi biên giới của chính Anh, không còn là một Trương Xuân Mẫn bình thường nữa. Không tin ư? Hãy nghe những nhạc phẩm anh sáng tác: *"Đi Tìm Một Nửa Hồn Nhiên"*, *"Con Chuồn đỏ ngày xưa"*. *"Gõ đàn hát chơi"*. Còn đây, *"Bài học đầu tiên"*: *"Thưa Thầy, em đã thuộc, bài học sáng nay trên bục giảng, có bụi phấn trắng bay bay trên tóc thầy. Giọng thầy như tiếng hát, lời thầy như bài thơ, cho em những ước mơ..."*. Sao mà dễ thương quá! Trong sáng quá! Cám ơn Anh. Tôn Nữ Áo Tím.

@ **HỨA NGỌC LAN** (Kỹ sư. Đoàn viên đoàn Du Ca Bắc Cali).

Đọc bài thơ "Ma Sơ": Bài thơ hay quá Anh Mẫn ơi. Anh tả hình ảnh của "Ma soeur" thật sống động. Cám ơn anh nhiều. Quý mến

@ SOPHIA ĐÀO KIỀU LIÊN (Bác sĩ, Đoàn viên đoàn Du Ca Bắc Cali):

Đọc bài thơ *"Nụ Cười Vô Cảm"*: Quá hay!

@ HOÀNG TƠ (Chuyên viên điện tử. Đoàn viên đoàn Du Ca Bắc Cali):

Rất thích bài thơ *"Tôi đi tìm tôi"* của Anh.

@ NGUYỄN QUYẾT THẮNG (nhạc sĩ, Hòa Lan, Châu Âu):

Đọc *"Chùm thơ Trương Xuân Mẫn"*: Đọc mấy bài thơ anh viết, tưởng là vui, tếu, nhưng rốt cuộc, thấy buồn và cảm động. Anh cũng giống như tôi, mình không thể viết kiểu trời trăng mây nước, thêu dệt mông lung, mà viết thật của lòng mình, nghĩ sao viết vậy và đều từ trong tâm, trong cuộc đời mình viết ra. Tiếp tục viết đi, kẻo giờ tuổi này, đầu óc bắt đầu "đi xuống", viết một chữ không ra đó. Tôi khuyến khích trong tình anh em đó.

@ TRẦN HOÀNG SA (bút hiệu của Trần Ngọc Khả, Kỹ sư, Houston, Texas):

Đọc các bài thơ *"Thoát Thân"*: Thi sĩ là bạn học của tôi từ thuở còn ngồi chung một bàn ở College Francais De Tourane. Cái thuở chọc gái còn không biết nói gì đến làm thơ. Hôm nay gặp lại nhau sau hơn nửa thế kỷ, bạn bỗng "quá độ" thành một lão chẳng chịu già...
Đọc bài thơ *"Bài hát bỏ quên"*: Không biết sao bao năm không viết nhạc nữa, mắt người nhạc sĩ có mờ đi không hay đang mân mê đứa con tinh thần từ lâu lạc mất. Đọc bài thơ này nghe bâng khuâng như chia sẻ sự tiếc nuối một ngày xưa huy hoàng nào đó. Phải không tác giả?
*Bài thơ *"Làm thơ"*: Nhiều ý lạ, thơ rất hay.
*Bài thơ *"Cây ớt và Em Bé chân trần"*. Bài thơ buồn, đầy tiếc nhớ, rất hay và cảm động.

@ Bà HỒNG ÁNH (nhà hoạt động cộng đồng "thầm lặng"):

Đọc thuộc lòng bài thơ *"Giòng Sông và nỗi nhớ"*, (đăng trên báo Viettribune, dài hơn 320 chữ, mỗi 8 đoạn có 4 câu mà chính tác giả cũng không nhớ nổi). Bà nói: "Tôi quá yêu thích bài thơ này".

Khi không còn gì nữa trong đời,
Tôi vẫn còn có nhạc và thơ
Trương Xuân Mẫn

Tạ ơn quê hương, cưu mang khổ đau
thời thơ ấu
trầm kha,
nghiệt ngã.
Cảm ơn nỗi buồn hóa thành thơ ca.
Cảm ơn em và các con đã yêu thương,
Chịu đựng
Cảm ơn Nước Mỹ
Với chân lý: "Tự do là chân lý"
Tạ ơn Đất Trời và vạn vật vô hình
Hữu hình
Lung linh
Rực rỡ vô ngần
Lại có nhiều cánh rừng hoang u uẩn
Suối ngầm
Đầy trắc ẩn.

Trương Xuân Mẫn
20/02/2020

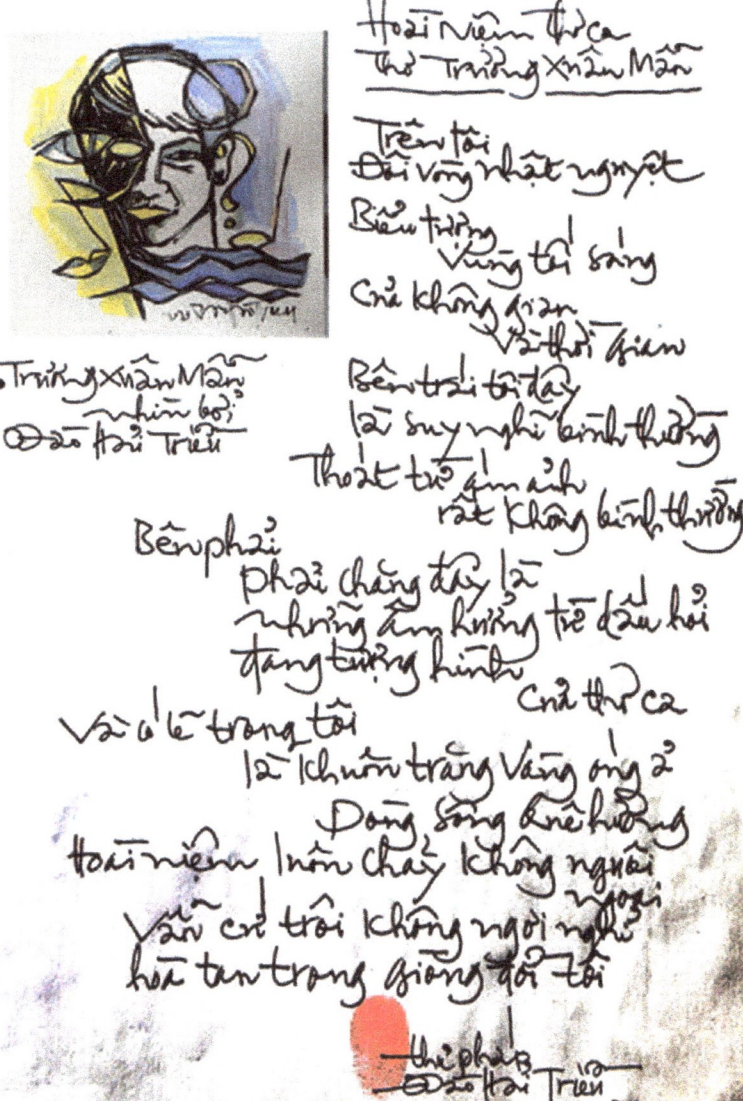

Hoài Niệm Thơ Ca
Thơ Trường Xuân Mẫn

Trên tôi
Đai vòng nhật nguyệt
Biểu tượng
Vùng tôi sống
Của không gian
Và thời gian

Bên trái tôi đây
là suy nghĩ bình thường
Thoạt trở ấm ảnh
rất không bình thường

Bên phải
phải chăng đây là
những âm hưởng trẻ dấu hỏi
đang tượng hình
Của thơ ca

Và ở lẽ trong tôi
là khuôn trăng vàng óng ả
Dòng sông quê hương
hoài niệm luôn chảy không nguôi
vẫn cứ trôi không ngơi nghỉ
hòa tan trong giọng nói tôi

thủ pháp
Đào Hải Triều
27.12.2020

Tiếng đàn hoài niệm

Đem cây đàn bỏ quên ra gảy tiếp
Tiếng hát thơm thức dậy cả trăng sao
Hương trầm ủ lặng mà ta chẳng biết
Chợt gợi thêm bao nỗi nhớ tuôn trào

Đàn lấm bụi chợt rung lên rất khẽ
Ngón tay non chưa chỉnh được trầm thăng
Hoài âm xưa bỗng ngập tràn vô kể
Ta run người hát bậy giữa mênh mang

Cho dù em ở cuối đầu sông biển
Hay lạc lối nào trong cuộc bể dâu
Cuộc tình xưa chừ chẳng nhớ sắc màu
Hãy nhập cuộc để cùng ta hát gánh

Đàn còn đó ai hát câu hụt hẫng
Dẫu nghĩa tình đã chôn tận vũng sâu
Mai ta sẽ ôm đàn theo vạt nắng
Sao em tìm được dấu vết trăng sao.

Apshara*

Apshara! Apshara!

Ngọn lửa bập bùng - bài ca dân dã
Đôi tay em vũ hóa thành hoa
Vòng tay uốn, thân em hóa cành
Cành hoa tươm lệ sầu trăm nhánh

Apshara! Vũ điệu Apshara!

Điệu vũ em vươn dài qua thế kỷ
Ngón tay em đan vòng quá khứ
Vun lên thành điệu múa thần kỳ
Ngôn ngữ em dễ gì ai hiểu được

Điệu vũ em có hình cong đất nước
Em rung người sao nhức nhối thân anh
Em bước đi sao chân anh run rẩy
Mắt em vời vợi, sâu thẳm trời xanh

Thân em đánh vòng, ước mong chuyển động
Ngực em phập phồng, đánh nhịp tim anh
Hay ta hóa thân kẻ cùng chung phận
Hai trái tim cùng hóa nhịp, hòa tan

Anh muốn khóc như bao giờ được khóc
Như trẻ lên năm lang bạt không nhà
Mồ côi mẹ cha thêm mồ côi đất nước
Anh đánh đổi gì để lấy kiếp tha hương

Apshara! Rượu đây em cứ uống
Vai anh đây, em giả dại mà ôm
Rồi cho anh bù tạm những nụ hôn
Để vành thôi cay nồng uất hận

Em càng uống càng lăn vòng vũ điệu
Mồ hôi rơi hay nước mắt em rơi
Bóng quê nhạt nhòa, chân trời xa khuất
Vai diễn đau như sân khấu cuộc đời

Ngọn đèn trên em có tắt đêm thâu
Hay em muốn lửa chùng đi ánh sáng
Dẫu có giấu nỗi đau không sắc màu
Đâu buồn bằng đường tắt nắng anh đang...

Tới phiên, Apshara cho anh rượu
Anh uống vào mặc cả với thời gian
Cuộc đối thoại chưa phân hồi kết đoạn
Chẳng níu được em, anh thiệt trăm đàng

Môi em nở một mùa xuân buồn bã
Anh muốn hôn, ngại phạm vòng tử sinh
Bởi cha ông - xưa - quên lời tạ lỗi
Nên đất nước anh nghiệt ngã kiếp luân hồi

Anh đã thấy trong ngày tàn đêm tận
Có bóng em vươn thóat cõi trần gian
Ta chia tay giã từ đêm thần thoại
Anh trở về lủi thủi lạnh trong mưa

Những hạt mưa bay hình cong điệu múa
Những hạt mưa mang hình dạng quê hương
Vỗ rát mặt anh như giòng triều dậy sóng
Apshara ơi! Anh uống hết vào lòng…

*Tên nữ thần của dân tộc Chàm

Bài Ca dao Mẹ

Mẹ đi rồi
Gió đang chơi ngừng thổi
Mây lang thang ngưng trôi
Bầu trời giăng bóng tối
Con một mình đơn côi

Mẹ đi rồi
Lặng về nơi chín suối
Con cuối trời bơ vơ
Mỗi ngày con mỗi nợ
Nặng niềm đau thẫn thờ

Ầu ơ tiếng hát ầu ơ
Lời ca dao tắt, lời thơ chẳng còn
Chim không còn tổ trên non
Cá không về suối nước mòn giòng trôi
Ầu ơ tiếng hát theo rơi
Lời ca dao mẹ suốt đời theo con.

Bạn Tôi

(Tặng hương linh nhà thơ A Khuê*)

Thằng bạn tôi,
Không biết làm gì chỉ biết... làm thơ
Gom được chút tiền nó chẳng mua Tiên
Mua đàn bò dăm ba con làm giống
Về tận B'Lao lộng gió thảo nguyên *

Sáng thả bò đọc sách
Chiều bỏ sách làm thơ

Thằng bạn tôi trông" khó coi": trán dồ,
Rậm râu, tóc xù, da ngăm, mặt mụn...
Bù lại vài cái hay ít ai có
Dáng dấp "có hồn" của kẻ làm thơ...

Thằng bạn tôi "xấu trai", không xấu tính
Gởi gói thuốc lào "mua chịu", tặng tôi
Lại gởi thêm mấy bài thơ mới viết
Muốn tôi là người khai phá riêng thôi …

Thằng bạn tôi
Trưa nằm mở bụng hứng gió trời
Tối nghểnh đầu nghe trăng sao hát
Ngất ngây tận hưởng mùa giao hưởng
Rồi rót vào thơ nỗi nhớ thương

Thằng bạn tôi báo tin vừa lấy vợ
Chị " bỏ" cha già theo nó lên non
Nhưng riết rồi không thể nào chịu nổi…
Vì cứ suốt ngày chỉ biết… có thơ.

Tôi nhớ bạn - khăn gói lên thăm
Cuộc sống thâm sâu, lập dị lạ kỳ
Bao lời khuyên giải đều … vô lý
Rượu cạn rồi nó vẫn chưa say :
"Niềm vui là nằm trong "cái có",
Hạnh phúc đang là… chẳng phải mơ."

Thằng bạn tôi mang căn bệnh nan y
Từ giã trần gian chẳng trối trăn gì.
Nghe tin bạn mất, lòng tôi đắng liệm
Chẳng biết làm gì - nhắm mắt lặng im…

Bạn tôi ra đi, để lại bao điều
Bao điều rồi cũng chỉ mấy bài thơ
Có bài đọc nghe rêm rêm tóc gáy
Chữ nghĩa mơ hồ chẳng biết dở, hay.

Bạn tôi ra đi mây mù buông xuống
Trăng sao trên trời lấp lánh thắp hương
Nhiều người yêu thơ cúi đầu bên mộ
Có cả chim muông thiêm thiếp… chia buồn.

Saigòn, 2009

*1- A Khuê (1948-2009) là bút hiệu của Hoàng văn Phúc, tác giả bài thơ "Về Đây nghe em", Trần Quang Lộc phổ nhạc 1970.
*2- Thị trấn Bảo Lộc, tỉnh Lâm Đồng.

Chiếc áo

Sinh nhật em, anh mua hai chiếc áo.
Một chiếc tặng em và một tặng… anh.
Tính ẩn dụ thường mang trong quà tặng:
Mặc áo vào ta lại nhớ nhau thêm.

Đi mua áo dù không có em theo,
Mà sao vừa vặn vòng tay ôm.
Khi xa anh đo bằng cách điệu,
Khi gần anh thuộc nét thương yêu.

Chiếc áo không đính hạt kim cương
Lóng lánh nụ cười, thoảng chút hương
Chiếc áo không sang như vàng bạc
Nhưng có sắc hồng của trái chín cây.

Chiếc áo làm duyên trước gương soi,
Nhân đôi niềm vui tăng đôi nụ cười.
Em xoay hai hướng tự nhiên thành
Bốn hướng, hướng nào cũng ngã hướng anh.

Người xưa 'yêu nhau cởi áo cho nhau',*
Nay ta yêu nhau lấy áo mặc vào.
Chẳng phải qua cầu, không cần nói dối,
Mà vẫn thật thà thuộc khúc dân ca.

Chiếc áo mới thơm tho tình lứa đôi
Đã bao năm rồi mà ngỡ hôm qua.
Chiếc áo mặc vào... chiếc áo cởi ra...
... Ta lại yêu nhau như thủa ban đầu.

Em ơi giữ giùm anh chiếc áo
Dẫu có sờn vai, có bạc màu.
Ngày sau bước già đời nghiêng ngả
Ta còn bấu áo dắt dìu nhau...

Ý trong trong dân ca "Qua cầu gió bay"

Con Sóc

Sáng ra vườn nhìn con sóc nhảy
Niềm vui thích thú của mỗi ngày
Sóc hứng tung con thoi, bướm lượn
Làm xiếc* lăn lộn đủ kiểu quay

Đuôi Sóc rung, tung cao đẹp quá
Nắng hồn nhiên cười rực đóa hoa
Đong đưa ngọn gió cong cành lá
Tôi nhìn Sóc cứ đớ người ra

Không ai đo được chân Sóc nhảy
Cú dài bước quãng bước đi, chạy
Dọc ngang trồi sụt không dự đoán
Buồn vui theo nhịp khúc tung tăng

Chú sóc không biết hát biết đàn
Sao dáng dấp như chàng nghệ nhân
Rộn ràng cái đuôi cong đánh võng
Sóc hẩy mình khoe điệu múa cong

Bàn chân nhỏ tí ti của Sóc
Cứ ngỡ muốn đo cuộc ngắn dài
Buổi sáng chẳng biết no hay đói
Mỗi ngày cứ thế mỗi nổi trôi

Nắng reo nhờ có Sóc sau vườn
Cây vui vì có Sóc tới lui
Cứ thế hai buổi ngày mưa nắng
Mong thoát cảnh đời vốn nhiễu nhương

Sáng ra vườn nhìn con sóc nhảy
Niềm vui thích thú của mỗi ngày
Mỗi lần thấy Sóc tôi chợt nghĩ:
"Ơ may Sóc ở xứ Hoa Kỳ
Sinh lạc nơi đâu cũng "lúa đời"
Người ta "thui" Sóc trên bàn rượu
Nghệ sĩ đã ra "người thiên cổ".
Được đâu nhìn Sóc để... làm thơ.

*1 *"Xiếc" từ chữ cirque (Pháp ngữ): gánh ảo thuật, trình diễn thú vật.*

Dấu vết thời gian

Năm tháng chồng chất dày đặc trên vai
Đôi mắt thâm sâu lắng đọng hình hài
Đời biến dạng như mây trời biến dạng
Tóc bạc thưa, gió hại hóa hoang tàn

Đi về phía biển, biển xóa mộng tình
Đi về phía núi, núi đứng lặng thinh
Bao thương yêu giấu trong thời yêu dấu
Mất cùng đất trời chung chịu nỗi đau…

Đi về phía sông, sông vòng dấu hỏi
Về phía sóng, sóng bạc lòng nhiễm bệnh
Giọt lệ nước trào, chân lê bước mỏi
Đi về phía đâu, đâu cũng lênh đênh

Bốn mùa sắc hương tan ra từng mảng
Dòng sông mơ chắc rồi sẽ cạn khô
Dẫu có trông mong thoát sầu tránh khổ
Cũng úa tàn theo dấu vết thời gian.

Bên Dấu Chân Xưa
Tranh Đào Hải Triều

Đọc Báo

Bác Hai bên nhà sáng nào cũng vậy
Cà phê xong lái xe chạy một vòng
Lái lòng vòng loanh quanh qua phố chợ
Niềm vui là có tờ báo trên tay

Đọc báo mà bác không đọc tin tức
Mãi loay hoay tìm cái mục" phân ưu"
Đầu cúi xuống say từng giòng từng chữ
Đôi mắt ngậm ngùi lặng lẽ, ưu tư…

Từ hàng rào bác vọng trong tiếng nấc:
" Cậu biết nhà văn, trung úy …bạn tôi ,
Chỉ nhớ nó là ngòi bút chân thật
Hôm nào thôi… trời ơi , nó "đi" rồi …"

Điều gì đó không giải bằng ngôn ngữ
Vô hình mà hiện diện trong trái tim
Rất kỳ diệu đẹp như hạt nước mắt
Nhỏ giọt đều tận ký ức, tâm linh

Bác Hai bên nhà sáng nào cũng vậy
Lái xe một vòng như là thói quen
Tìm báo đọc buồn vui trong hoài niệm
Hay tìm chính mình rồi sẽ... đến phiên.

Em bé Sapa*

Sapa! hun hút - Sương mù bao la
Cái nhà tận đỉnh đầu đất nước
Cùng ông cha sao H' Moong xa lạ
Em bé lên năm sặc sỡ áo hoa

Gặp em trên đường nơi làm trường lớp
Lưng cong mang gùi, tay rung lục lạc
Lang thang phố bụi- tủi hờn, ngơ ngác
Em đang học làm người bán hàng rong

Hè rồi, lẽ ra, em theo tiếng ve
Bay về biển xanh, hát cùng hoa phượng
Sao em vẫn rao khan suốt dọc đường
"Chú mua giùm, cháu có tiền mua cơm"?

Những cái tên nghe như thơ, như mộng
Cát Cát, Mường Hoa, Thác Bạc, Hàm Rồng...
Những thửa ruộng tầng đang hát về Sapa
Những cung bậc hết lời ngợi ca

Nhưng em bé Sapa không biết hát
Xa lạ ngay với tuổi thơ mình
Khẩu hiệu ngổn ngang em không thể hiểu
Giăng kín con đường che ánh bình minh

Sapa! Thương quá em bé H' Moong
Chiều xuống dần, em lủi thủi về đâu
Con Chim Ch' Rao lạnh lùng đêm xuống
Nghiêng cổ nhìn em, cất tiếng hót buồn

Sapa, tháng Năm / 2017

* Sapa, một thị trấn của tỉnh Lào Cai, Bắc Việt Nam

Giao ước

Tôi có lần xin Trời giao ước
Khi oan khiên thai nghén thành hình
Người ban cho chút ánh bình minh
Tôi sẽ tự tìm đường cứu cánh

Những hạt đau rải xuống hồn khô hạn
Nên nẩy mầm bao tiếng thở than
Đã bao lần trên đường đời vấp ngã
Cũng có lần mần mò được lối ra

Vết thương lòng vẫn âm ỉ râm ran
Bám theo tôi cơn giông bão mưa ngàn
Dẫu tim óc có mây mù che khuất
Tôi cố vẫy vùng bươn khỏi nguy nan

Đã có lần tôi xin Trời giao ước:
Đừng sấm sét dọa tôi đang kinh niệm
Nếu tôi điên thì hãy để tôi điên
Chẳng hay ho khi tỉnh với muộn phiền

Bóng ngã xuống đêm dài vô tận
Đừng để tôi què quặt tàn thân
Ân sủng Trời cho dù chưa nhận
Thì tôi chẳng phải kẻ vong ơn

Cuộc lữ hành mù sương lạc lối về
Đừng làm mưa hắt gió xóa tỉnh mê
Tuy ngụp lặn cưu mang thời thất thế
Tôi cố lần tìm lại dấu chân xưa

Cứ giả điếc giả mù qua khủng hoảng
Cứ giả chết đánh lừa canh bạc thua
Nếu thất sủng, người cho tôi con rối
Dựt cà tưng cho qua sự đã rồi

Đã có lần tôi xin Trời giao ước
Khi thất tình đừng chuốc lấy rượu tôi
Trong cơn say cứ lụy người mơ ảo
Còn lại gì, thì cứ để buông trôi

Ôm thất vọng tôi vùng trốn chạy
Người thua cuộc biết ngả về đâu
Trốn về đâu khỏi thế gian này
Cô đơn buốt hồn tôi hiu quạnh

Bản giao ước sao Trời chẳng đoái hoài
Cuộc hành trình rơi rớt chẳng còn ai
Cũng không thấy Người hỡi ơi, ơi hỡi
Tôi một mình cúi cặm lượm sầu rơi.

Dòng sông và nỗi nhớ *

Trời phương Bắc bầu trời xanh lạnh ngắt
Nhớ phương Nam nỗi nhớ ấm dần lên
Nhắm mắt lại nghe giọt đắng không tên
Rớt xuống đời ruổi rong người lang bạt.

Sớm mai hồng sao chim khàn tiếng hát
Lá vẫn xanh cúi xuống rũ rượi buồn
Năm tháng mỏi sao ngày dài đêm rộng
Trong mắt ai lóng lánh một dòng sông.

Dòng sông hát ru đời ta lặng lẽ
Lúc cuồng phong mang kỷ niệm tràn về
Dội ký ức vỡ tung đau lồng ngực
Thoáng hương xưa len lén lạnh hồn quê.

Trăm nhánh sông tìm nhau về biển rộng,
Trăm con đường rồi có lúc gặp nhau.
Ta đi hoài thăm thẳm cuộc bể dâu
Giữa giòng người vẫn lạc loài chân bước.

Ôi nỗi nhớ cuồng điên trong biển nhớ
Hỡi cơn mơ hun hút giữa trời mơ.
Dẫu la, khóc, nói, cười… thừa cơn động
Ta chưa say, rượu đã cháy khô lòng.

Buổi lên đường hành trang là giọt lệ
Chưa ra đi mà đã muốn trở về
Thương nỗi đau hằn sâu vầng trán mẹ
Hạt bụi nào ngấn trong mắt chờ mong.

Chiếc la bàn xoay sao cũng về Bắc,
Ta gối ngã nào đầu cũng hướng Nam
Trong óc não có muôn hình vạn bóng
Nhưng tim ta chỉ có một dòng sông

Vết thương nào rồi cũng sẽ tàn phai
Trên da non đã thắm mầm hy vọng
Mẹ ơi khi giòng máu chưa ngừng chảy
Con sẽ về hát với một dòng sông.

Bắc Mỹ, 06/2005
* Bài thơ đầu tiên viết trên đất Mỹ

Hóa thân

Hét khàn tiếng giữa mênh mông hiu quạnh
Uống chén rượu cho nỗi nhớ tan nhanh
Dẫu mai này ôm cơn đau vật vã
Hóa thân ta thân xác vỡ tan tành

Người dẫn ta vào cơn mê biến dạng
Buổi giao hoan trời đất tắt lời ca
Mây phủ kín, sóng giận vỗ tan xa
Hóa thân ta thành hiểm họa dâng tràn

Người gom giùm ta mảnh rơi xác lá
Tàn thu về đau từng tiếng hát xanh
Ngọn gió ác luồng vào cơn mộng lạ
Hóa thân ta thành ảo vọng phai tàn

Cũng có lúc sông ta buồn vô hạn
Chảy về đâu giòng chảy ngược thời gian
Bao hoài niệm cuốn theo mùa bão nổi
Hóa thân ta thành sóng bồng bềnh trôi.

Huế và tôi ơi

Tôi trở về thăm Huế, Huế tôi ơi
Con đường trần, gót hồng hoa phượng
Ve kêu hồn nhiên bay trong gió
Buổi tan trường áo trắng trải yêu thương

Cổ thành rong rêu tượng hình bóng cũ
Tiếng khóc Mậu Thân còn ướt khăn tang
Ngôi mộ vôi phai tàn theo năm tháng
Nỗi buồn xưa uất hận dễ nào tan

Sông Hương vẫn mượt mà như cô gái
Đẩy đưa điệu hò bay tóc chao nghiêng
Mái hiên xưa mưa rơi đau từng hạt
Gõ xuống âm thưa từng nỗi muộn phiền

(Bỏ Huế đi hoang đâu mong trở lại
Chỉ vì giận hờn mưa mãi dằng dai
Những cơn mưa đêm dài như bất tận
Mưa sớm chiều cho đến đất nhiễm đau...)

Chiều qua Cồn Cát trộm dưa, hái cà
Hái những thứ nhiều khi không ăn được
Ăn không được cũng vẫn cười hể hả
"Nhất quỷ, nhì ma, học trò… thứ ba." *

Đồi Thiên An có ngày mưa không tạnh
Ôm chín làn mây vòng ngang Vọng Cảnh
Vĩ Dạ, Từ Đàm, nước sông Bến Ngự
Chảy vào lòng tôi thương nhớ dâng tràn

Giả dụ tôi sẽ không về Huế nữa
Huế có trông chờ những đứa như tôi ?
Con giận Mẹ là con có tội
Tôi thấy mình bất hiếu tôi ơi !

Có lúc bật lòng tôi tự hỏi :
"Tôi thương Huế- Huế có thương tôi ,
Sao lúc ở, Huế chán buồn như rứa,
Nhưng khi xa lại nhớ Huế vô cùng ?"

Huế, tháng 10-1995
*Ca dao, Tục ngữ Việt Nam: Nhất quỷ, nhì ma, thứ ba học trò"

Làm Thơ

Em ạ, sáng nay bỗng dưng thèm quá đỗi
Một bài thơ - anh thèm một bài thơ
Như thèm ăn thèm buồn thèm được nhớ
Một bài thơ giản dị như lời chim

Lâu nay bôn ba cơm, áo, gạo, tiền…
Cái thân chẳng nghĩ đến gì thơ ca
Lúc ấy anh thấy mình nghèo hơn cả
Nghèo chữ, nghĩa, tình, nghèo những suy tư

Lâu nay chạy theo lợi danh rỗng tuếch
Bỏ quên thơ trong ký ức rệu buồn
Nên có lúc thơ quặn mình than khóc
Máu tim anh ray rứt từng giòng

Một bài thơ - anh thèm một bài thơ
Dẫn dắt anh ra đoạn trường bi khổ
Tâm hồn lang bang đứng, ngồi không ổn
Tuổi chất đầy người, chưa đủ …lớn khôn

Anh vẫn biết làm thơ không dễ đâu
Tích lũy vốn đời chẳng có bao nhiêu
Có khi lời người vẫn còn chưa hiểu
Thì làm sao anh viết được cho đời

Anh vẫn biết làm thơ không dễ đâu
Năm tháng trôi qua, bao lần gắng gượng
Làm thơ cũng khó như là sống
Hụt hẫng ngôn từ vấp ngã đau thương

Anh mơ thơ anh dễ thương ngộ nghĩnh
Nghĩa, ý, câu tinh nghịch như gió đùa
Những vần thơ dẫu cho người khó tính
Cũng sẽ mỉm cười khi đọc thơ anh

Thơ anh có chút mù sương
Có thơm của nắng có buồn của trăng
Ngọt, bùi, cay, đắng, mơ xanh…
Thơ anh trải rộng cho anh tấm lòng

Bài thơ nồng nàn đôi cánh yêu thương
Về đậu trên cành gai thù hận,
Bài thơ mang tấm lòng cao thượng
Để mỗi người trở thành một ân nhân

Anh mơ thơ anh có ngọn gió trưa hè
Thổi mất âu lo thay màu tóc mẹ
Một gánh chồng con, một đời lấm bụi
Chở che con khi mang phận làm người

Khi ngôn ngữ trở thành bất lực
Anh vịn vào thơ để nói bao điều
Ý nghĩ cao siêu những lời phàm tục
Kể cả lời mộc mạc của tình yêu

Em ạ, sáng nay anh thèm quá đỗi
Một bài thơ anh làm một bài thơ
Thơ anh vắt ra từ tim óc
Từ tâm hồn lấm tấm hạt đau

Chỉ có thơ và chỉ có thơ thôi
Thức dậy cùng anh đón ánh mặt trời
Khi trái tim còn mang giòng nhựa sống
Anh còn làm thơ hát giữa cuộc đời.

Lữ hành ca

Ta trải lòng về trên sông trên núi
Mộng mây trời lãng đãng thả ngược xuôi
Chút âm xưa còn hát vọng ru hời
Bỗng bật người ôm giấc mơ lạc lối

Ngày tháng mơ hồ buồn vui ngắn ngủi
Áo thay màu trôi mất ánh tà huy
Cuộc lữ hành xuyên mảnh đời tàn lụi
Hành trang là... chỉ tiếng hát mênh mông

Tiếng hát rung lên lời ca tuyệt vọng
Chùn chân bước mỏi ngã giữa trần gian
Gió cuốn đi qua ngày trôi, tháng tận
Hạt bụi cay nên mắt sót thâm quầng

Ngồi xuống đây, người còn mơ hay tỉnh
Ta- cây khô thân tróc vảy trụi trần
Cạn rượu rồi ôm góc tối lặng thinh
Trong hơi thở dập dồn cơn tủi hổ

Cuộc lữ hành như trốn nghĩa chạy tình
Khi trốn nợ chui đầu đâu vẫn nợ
Trĩu tim đau sao người vẫn ơ thờ
Nợ già đời nợ tiếng hát lời thơ

Quăng chiếc vòng xoay đo đường lữ khách
Ngã giá hành trình để biết về đâu
Đánh đổi gì để tìm nơi êm ấm
Ta sẽ tặng người tiếng hát trăm năm.

Mộng du

Ngày lên non hái hoa tắm suối
Chiều xuống biển bắt còng nướng ăn
Lấy cọng rơm về nằm lót ổ
Tối ngủ khò thở gió hư vô

Đứng trên đỉnh yên bình nghêu ngao hát
Nhìn giải Ngân Hà trắng giòng sông thơ
Trăng sao là bạn ngọt bùi san sẻ
Khi ta hát cổng trời mở đón nghe

Hoa thơm dưới núi lan tỏa chiều hoang
Gió uốn cong tiếng đàn ta nhẹ khẽ
Rừng cây vỗ tay reo mừng trái mới
Ta chung vui ngày sinh nở đất trời

Chén rượu u uất cay nồng hóa ngọt
Bụng vỗ khề khà đẩy nhịp lưng tưng
Vũ điệu tung tăng ánh sáng sôi bừng
Ta muốn hét tan cõi trần hiu quạnh

Tỉnh hay mơ giữa bầu trời đông lạnh
Hạt mưa rơi sũng ướt ước mơ xanh
Tinh sương thơm cây cỏ cũng lên mùi
Siêu thoát nỗi buồn quay quắt niềm vui

Ta vất vưởng treo mình trên cành ổi
Muốn trái chua chuyển vị ngọt phôi pha
Đầu lộn xuống thấy thế gian lẫm lạ
Lật lọng rồi mà vẫn cứ ngược xuôi

Trên đường bay khứu đậu thăm cành sấu
Hót ngu ngơ khúc nhạc chẳng đuôi đầu
Mà sao thức cả không gian mầu nhiệm
Tan biến âu sầu xóa hết thương đau

Chợt con kiến vàng cắn sưng lồng ngực
Mồ hôi đầm đìa vụt tắt ánh sao
Chim muông hoa bướm trốn chui trốn nhủi
Mộng du ta chẳng biết biến khi nào

Cơn thoát tục từ tận cùng sâu ẩn
Cưu mang nặng lòng chẳng chút hồng ân
Thôi cõi đời có khi không là thật
Mộng du ta là ảo ảnh trần gian.

Ngày Mai, thứ Năm...

*(Gởi hương linh Bé Uyên, Linh (Linda Văn)
Đã bị chết oan khiên trong trận hỏa hoạn tại
San Jose, CA 08-2017)*

Con kiến bò qua chén cơm nguội lạnh
Ly nước trắng đã ngả mùi, thay sắc
Hương khói buồn lơ lửng giữa trời xanh
Tưởng nhớ em bao thương xót ngập tràn

Những ngọn nến hồng ngậm ngùi cúi xuống
Chẳng phải bà con... chỉ tình đồng hương
Những cánh hoa nhíu mày, rung trong gió
Ngàn bong bóng căng phồng nỗi đau thương

Mai, thứ Năm cùng bè bạn đi học
Trang vở bay ra cánh diều mơ ước
Uyên sẽ vẽ cô Tiên rất hiền dịu
Còn Linh thì... cô Công Chúa yêu kiều

Mai, thứ Năm không bao giờ đến nữa
Đường đến trường mãi mất dấu chân quen
Nỗi oan khiên chìm trong cơn bão lửa
Ác mộng đen về trong giấc ngủ trưa

Mai, thứ Năm, hai chỗ ngồi trống vắng
Thầy gọi tên em chẳng tiếng trả lời
Bạn bè nhìn quanh rưng rưng nước mắt
Khẽ tiếng sụt sùi lặng lẽ buông rơi

....
Rồi sẽ phơi bày ra bao dấu hỏi
Nuối tiếc, tại sao… Tất cả đã rồi
Biết trả lời cho bao điều trắc trở
Bất hạnh này đâu chỉ tuổi thơ em.

San Jose, 2017

Nỗi Niềm

Lại bắt đầu từ nỗi niềm xưa cũ
Thương nhớ ơi, người làm khó ta rồi
Ta vì người khóc cười nghiêng ngả
Để rồi ngọt đắng lợ lợ trên môi

Nước mắt lăn từ gợi nhớ lời ru
Chảy tuôn theo tiếng hát sương mù
Uất ức ta muốn làm tên đao phủ
Cắt đứt ngọn nguồn chặt mất oan khiên

Lại bắt đầu từ nỗi niềm rêu phủ
Ngày xưa ơi, lại làm khổ ta rồi
Có phải vì người ta tối ngày ẩn hiện
Cứ như mây mù lãng đãng xa trôi

Áng mây đen mang tin lành mất dấu
Trôi về đâu những tháng mộng năm sầu
Dật dờ ôm luôn nỗi buồn quá khứ
Ẫm ờ dụ ta qua ngả âm u

Lại bắt đầu từ tấc lòng dối trá
Cuộc đời ơi, người đánh mất ta rồi
Hẳn vì người ta nhuộm tàn thân xác
Quanh co, bạc trần, mục nát, ma trơi…

Lại bắt đầu từ mưa chiều nhạt nắng
Thời gian ơi, sao lại giết ta rồi
Chiếc cầu vồng ôm liệm cả trời xanh
Dẫu nguyện cầu không kịp còn cứu rỗi

Ôm bóng tối cúi đầu lê bước mỏi
Thì thôi cứ đi hun hút chân trời
Có ai không chia ta lời sám hối
Hay nỗi niềm điếng lặng mình ta thôi.

Nụ cười vô cảm

Tuổi thơ tôi như cánh diều mất gió
Lửng lơ bay vô định giữa mây trời
Trôi về đâu tháng ngày trời đất trở
Cánh diều rơi hạt lệ tự nhiên rơi

Bao bao lần té ngã giữa hiểm nguy
Nỗi đau rần rần luồn trong xương tủy
Cây kẹo người cho không nghe mùi vị
Có chút cay, nồng, mặn, đắng trên môi

Trời mưa lạnh gió thổi tươm tay áo
Cánh đồng không đỉa đói bám đầy chân
Cơn đói cồn cào cùm co chăn chiếu
Tuổi thơ tôi như bóng xế ôm chiều

Đêm nằm nhắm mắt sao không ngủ được
Ngày mãi rong chơi mà chẳng thấy vui
Cây còn xanh lá nhăn già hơn tuổi
Mùa thu về hoa úa tự nhiên rơi

Ngửa mặt lên kêu than trời không thấu
Chắp tay, đầu cúi, miệng niệm kinh cầu
Có thể vì theo chim hoang bay lạc
Đuối ngã lăn, lây lất giữa đêm thâu

Hạt bụi đời hằn sâu lên vành trán
Bàn tay thô không giữ nổi lệ tràn
Cơn biến động chợt về không mong đợi
Hạt ưu phiền mất hướng tự nhiên rơi

Thằng bé lất lây đường mờ sương khói
Khập khiễng đi mang máu lạnh tàn hơi
Dồn dập, cuồng điên giữa cơn bão nổi
Không xóa vết mòn bụi lấm tuổi thơ

Cũng có khi nụ cười ai mang đến
Mang thương xót tủi hờn nỗi đau riêng
Khi đêm tới ủ buồn ôm bóng tối
Đau nụ cười vô cảm tự nhiên rơi.

Quà tặng của trời

Trời ban cho ta rất nhiều đức tính
Giận, buồn, chán, ghét, kiên nhẫn, thứ tha…
Làm hành trang trên đường hố sâu, cạm bẫy
Ta lấp dần biến rác rưởi thành hoa

Trời đưa cho ta cây bút làm thơ
Đừng biến thơ thành mũi tên, hòn đạn
Khi viết thư tình, bút thành ong mật
Vẽ nét thật thà trên những ước mơ

Trời cho cây đàn, khúc hát nhân gian
Lúc gian nan ta lỡ bỏ quên đàn
Lúc một mình, thót tim nghe đàn thét:
"Bụi mốc tôi rồi, hỡi kẻ vô tâm!"

Trời cho ta trái tim đầy nhạy cảm
Hoa trên đường đâu che dấu sắc hương
Quyến rũ ta vốn chẳng phải thánh thần
Nên bước đi có bóng hình vương vấn

May mà Trời cho ta có vợ, con
Nên đi đâu rồi cũng trở về thôi
Mái ấm gia đình là nơi ẩn cuối
Sau những lần được, mất với cuộc chơi

Trời tặng cho ta nụ cười biết... khóc
Buồn, vui, vinh nhục lệ trào tuôn
Có những lúc cuộc đời quá nhiễu nhương
Cũng là lúc ta cười ra... nước mắt

Trời cho ta biết cảm nhận đắng cay
Lúc gian nan ta trốn vào ly rượu
Ta luôn dặn mình cả lúc tỉnh, say
Phải vươn vai đứng thẳng với cây đời

Trời trao cho ta nắm đất cố hương
Đi đâu, làm gì không thành người mất gốc
Đất khô cằn, ta vun đắp tình thương
Gieo hạt tương lai, đắp những con đường

Tạ ơn trời cho ta nhiều đức tính
Ta luôn cất giữ để làm tin
Giữa thiên nhiên chợt nghe muôn thú nói:
"Hãy sống sao cho ra chữ Con Người…"

Tặng Hoa

Đã có lần ôm hoa tặng ông giám đốc,
Thân tôi nghiêng và đầu cúi xuống
Miệng làm nhảm câu thừa, sáo rỗng...
Mặt đất thấp như thân phận người.

Đã có lần tôi chạy lên sân khấu
Ôm bó hoa tặng cô hoa hậu
Có phải nhan sắc kia là điểm sáng
Cho hành động hào phóng của hư danh?

Đã có lần tặng hoa cô ca sĩ
Để tôn vinh tác phẩm của mình.
Cũng có lần tặng hoa cho người tình
Cứ ngỡ tình yêu là vĩnh cửu...

Bao nhiêu hoa và đã bao lần
Thế mà tôi chưa một lần tặng
Cho dù một cành hoa
Đến khi mẹ qua đời...

Chỉ một điều tưởng như là giản dị
Vô tình (chẳng thể tha thứ) hóa quên
Đóa hoa kia làm sao mang nghĩa, lý...
Cho ngàn điều cũng vô nghĩa, không tên

Chiều nay ôm hoa ngồi bên mộ
Hoa nhìn tôi cúi đầu héo úa
Tôi nhìn hoa bỗng dưng xấu hổ
Trong lòng ràn rụa những cơn mưa...

Tiếng chim - tiếng đàn

Tôi đang đàn bỗng dưng nghe chim hót
Tôi bỏ đàn nghe tiếng hót của chim
Cả khu rừng ào lên muôn tiếng nhạc
Cây đàn tôi trông khờ dại im lìm

Tiếng chim hót giục thức cả bình minh
Mặt trời nhướn lên tròn mắt ngóng nhìn
Đàn thú hoang loạn mừng kêu inh ỏi
Cơn thỏa lòng khúc nhạc mới khai sinh

Tôi không đàn vì muốn nghe chim hót
Bởi đàn vô hồn không nổi rung âm
Bao thanh sắc trốn đàn tiêu đi mất
Để lại tôi thảm hại dấu thăng trầm

Tiếng chim hót vụt qua bao âm vực
Không công năng, hòa âm, không điệu thức
Đàn nhìn tôi cong mình ôm thân tủi
Giai điệu thiên nhiên - tuyệt tác Đất Trời

Tiếng chim hót chia chung muôn hoa lá
Còn đàn tôi lạc lõng nỗi niềm riêng
Ngày trở mình bỗng nhiên như hóa lạ
Đàn theo tôi lêu lổng giữa rừng già.

Tháng Chín Thu về

(Nhớ nhà văn Nguyễn Xuân Hoàng)

Hơi ấm truyền qua tay chị, tay con
Anh thanh thản đang mơ màng giấc ngủ
Nỗi đau năm tháng dẫu không còn đọng
Nhẹ nhàng thoát tục về với thiên thu

Tháng chín thu về sao chim ngừng hót
Mưa trái mùa từng hạt xót xa lòng
Ngôi sao lịm tắt giữa trời cao rộng
Vạch giữa hư không một dấu ngang buồn

Hình như có nỗi niềm không tên gọi
Không vết tích giữa trần gian buồn bã
Ánh tà huy rơi rụng cuối chân trời
Nuối tiếc quay cuồng một chiếc lá rơi

Đất trời như ngược xoay giòng trôi chảy
Sai cả chu trình lỗi nhịp thời gian
Dẫu mất hút tận chân trời góc biển
Tháng chín - thu vàng hát với mùa Xuân.

Tiếng dế kêu

Tiếng dế thức tôi dậy đêm khuya
Rả rích như cơn mưa rời rạc
Tiếng dế kêu không là điệu nhạc
Như kinh buồn, chạnh nhớ tuổi thơ

Sao tôi giựt mình nghe tiếng dế
Niệm khúc tuổi thơ bỗng quay về
Đuổi chim, bắt còng ven sông, biển
Hái trái ăn nằm giữa thiên nhiên

Con dế mèn xinh xinh bé nhỏ
Kéo tôi qua sông suối hụt hơi
Con đường xông cứt trâu, mùi rạ
Qua cánh đồng nắng cháy đầu, da

Tiếng dế kêu luồn trong cỏ dại
Lạc lối về hay chẳng lối ra
Có lúc lủi thủi chui vào tối
Co ro len lén ngước nhìn đời

Đêm nằm vùi trong cơn đói khát
Giấu cô đơn đến lúc sương tan
Dế nằm mơ giữa rừng mơ ước
Lại ẩn mình trong kiếp lang thang

Thấp thoáng đâu đây tiếng khóc bé thơ
Hay tôi thèm câu hát mẹ ầu ơ
Từng quảng âm nhảy bật trong lồng ngực
Tiếng dế kêu sao nước mắt rưng mờ

Con dế mèn nghiêng râu cọ cánh
Bay qua tuổi thơ không ánh bình minh
Con dế bay về chân trời góc biển
Tìm chút yên bình- chẳng phải bình yên

Dế là tôi - có khi tôi là dế
Sao mà phận đời quá đỗi giống nhau
Tiếng dế kêu tự nhiên hồn bấn loạn
Tôi nghe lòng lấm tấm những hạt đau.

Tôi đi tìm tôi

Tôi đi tìm tôi năm mươi năm trước
Đứa bé lên năm đạp nắng phù chân
Đầu đội gió sương, thân ngâm nước độc
Tâm hồn què quặt tuổi mồ côi

Tôi đi tìm tôi bốn mươi năm trước
Tuổi bơ vơ đi, tuổi trẻ buồn về
Tương lai mù chân trời u ám
Tìm đâu ra được bóng chân quê

Tôi đi tìm tôi từ ba mươi năm trước
Đã tự quên mình trong tiếng ầu ơ
Mà sao nhọc nhằn cơn mộng ước
Tiếng hát bay rồi từ thuở ấu thơ

Tôi đi tìm tôi từ hai mươi năm trước
Tuổi gần năm mươi làm lại từ đầu
Bôn ba cọ đời nơi xứ lạ
Vết thương bầm chẳng nhận tôi ra

Bây giờ tôi lại đi tìm... tôi
Ồ, năm mươi năm ! Có khác gì xưa
Đứa bé ngu ngơ còn nguyên mộng mị
Có chăng chỉ khác giòng suy nghĩ

Vài sợi tóc sương, chút nhăn nheo buồn
Hương xưa phảng phất cơn mưa bụi
Về trong tiếng hát không còn nữa
Tôi mất tôi rồi... tôi đã mất tôi.

San Jose, 2005

Ma Sơ *
(Kính dâng hương hồn Ma Sơ Thục Hiền)

Con trở về thăm Dòng Mến Thánh Giá*
Vườn xưa lún gạch mòn đá rêu phong
Kỷ niệm xanh chập chờn rung khóm lá
Bước chân run đi như kẻ mất hồn
....
Cha mất sớm mẹ đi thêm bước nữa
Vắng bóng cha chừ thiếu lời mẹ ru
Sơ giang tay đón con về bên Chúa
Áo choàng đen chen trắng rất nhân từ

Hình như Sơ có phép màu Đức Mẹ
Tuổi thơ con san bớt tủi sớt hờn
Đầu non trẻ làm sao con biết kể
Bàn tay Sơ xoa mất dấu đau thương

Tuổi thèm ăn con ra vườn trộm khế,
Trái vả, cây cà, cả trái dâu xanh
Không sợ roi, sợ giọng Sơ rất khẽ:
"Con thử ăn ? đời chua chát trăm lần..."

Mưa phùn miền Trung, nứt da xẻ thịt
Áo choàng đen ủ kín cả người con
Con cảm nhận có nhiều làn hơi ấm
Tỏa khắp thân trong bóng tối âm thầm

Giáng Sinh về, Sơ Nhất chơi "quăng kẹo"
Thân nhỏ bé chẳng thể nào giành tranh
May mà Sơ bù thêm mùi ngọt mặn
An ủi đôi phần chất thiếu con mang

Đêm lủi thủi cùng Sơ bên ngọn nến
Sơ dạy con từng con chữ à ơi
Hai thầy trò có đêm lên nhà nguyện
Đọc kinh Cha ánh sáng rọi chân Trời

Mới lên năm con già đi trước tuổi
Đêm thức nhìn trời nhẩm đếm sao rơi
Những vì sao trôi lạc vào cơn mộng
Chẳng sao nào giống số phận đời con

Rồi cuộc sống bao kinh hoàng ngã vấp
Con chết đi, sống dở biết bao lần
Lời Sơ dạy như gậy thần nâng dậy
Con thẳng lưng dầu nguyện ước chưa thành

Sơ là Mẹ, người bạn lớn, là chị
Dẫn con qua ngày tháng nắng mưa rơi
Tuổi còn non con lấy gì suy nghĩ
Đến năm mươi chưa nghiệm được con người

Ngọn gió ngàn thổi qua trăm sông biển
Chiều tha hương chợt nhớ thủa ấu thơ
Tôi giựt mình hét điên lời phạm tội :
"Trời ơi, nơi nào có một Ma Sơ ?"

Dẫn dò lối xưa con hỏi tìm về
Nắng chiều tan chẳng thấy bóng Sơ đâu
Một nữ tu nhìn lặng lẽ cúi đầu:
"... Sơ Thục Hiền không qua cơn trọng bệnh ..."

Con thẫn thờ quặn lòng trong đắng ngậm
Bỗng sụt sùi khác gì thuở lên năm
Giọt nước mắt ngược trong, giọt chảy ngoài
Con khóc tuổi thơ mình? Con khóc nhớ thương ai?

(Huế. 1997. Ghi lại từ hồi tưởng tháng ngày của năm 1955- 1956 sau gần 40 năm trở lại)

* Ma Soeur (Tiếng Pháp) = Chị tôi, dùng để gọi nữ tu Công giáo.
* Dòng Mến Thánh Giá ở Phú Xuân, Ưu Điềm, Thừa Thiên (Cách Huế khoảng 17- 20 cây số về phía Bắc, nằm bên giòng sông Sịa thơ mộng mà thời bấy giờ người ta mỉa mai gọi là vùng "khỉ ho cò gáy").

Cây ớt và Em Bé chân trần

*(Kính dâng hương hồn Sơ Thục Hiền,
Giòng Mến Thánh Giá Phú Xuân Ưu Điềm, Thừa Thiên.)*

Em bé chân trần đạp nắng tôi ơi
Về đâu đêm nay sau ngày rong ruổi
Đất Sịa khô cằn "khỉ ho cò gáy"
Chẳng chỗ dung thân dù chỉ gối đầu

Nắng thiêu cát hột, nóng luồn chân, tóc
(Con đường bỏng, chân không không qua được)
Chẳng có ma sao em như ma đuổi
Em chạy "bỏ người", người chạy bỏ em

Nhớ cây ớt xanh "Sơ" dạy em trồng,
Cây ớt nuôi em, cây ớt nuôi Giòng
Để đêm nằm lở nhớ về quê nội
Tại ớt nồng, chẳng phải nước mắt em rơi

Cây ớt ươm từ mồ hôi lồng ngực
Từ bàn tay chưa thắm mực học trò
Phân bón là gió mưa tuôn ký ức
Lớn lên từ tay dịu hiền của Sơ

Nước mắt mồ côi len thành giòng chảy
Trôi bơ vơ theo nhịp khúc kinh buồn
Mẹ sang sông chẳng bao giờ quay lại
Khi thân cha chưa xanh cỏ mồ hoang

Vết thương lòng làm sao vá được
Nên mỗi xuân về nhớ ớt mắt cay
Cảm ơn "Sơ" đã cho con nghị lực
Đi tiếp con đường cạm bẫy đâm gai

Em bé chân trần đạp nắng tôi ơi
Bao năm qua vẫn còn ủ trong lòng
Hơi Ớt cay nồng là hành trang cuộc sống
Hãy ngẩng lên đi tiếp đoạn đời buồn.

Bài Ca Đất Nước

Tin dập dồn từ quê nhà khẩn thiết
Chúng đã cắt mảnh bán đất quê hương
Nay lại buôn tiếp bao phần còn lại
Đất nước tôi, có còn một ngày mai ?

Trước những nỗi đau gần như không tưởng
Trước những mất mát quá đỗi bi thương
Đồng bào tôi cùng đứng lên xuống đường
Máu đã đổ trên nẻo đường nguy khốn

Non sông ta - giải giang san gấm vóc
Ông cha vun hạt giống đẫm mồ hôi
Anh em từng hát bài ca giữ nước
Cao đầu, khàn cổ, mắt hận, tim sôi...

Đất nước trớ trêu cuồng quay lịch sử
Rủi ro vào bọn bán nước vong nô
Để hôm nay chúng cắt từng mảnh đất
Hiến cho quan thầy hưởng thụ nhục ô

Đồng bào ta sống đói nghèo bất hạnh
Nay lại đau thêm nỗi mất quê hương
Không lẽ chúng ta ngồi trong bóng mát
Mà nhìn đồng bào máu chảy tang thương

Đất của ta, của ngàn năm nước Việt
Chi Lăng, Đống Đa, Bạch Đằng vẫy sóng
Hãy sưởi ấm lên lời ca dao Mẹ
Réo gọi nhau bằng tiếng hát cha ông

Có tiếng Quốc kêu hờn căm, khàn giọng
Đất nói gì anh có nghe thấy không
Triệu bàn tay vươn thành cơn sóng lớn
Việt Nam còn đứng mãi với núi sông.

Tuần Báo Viettribune # 633,
Ra Ngày 15 tháng Sáu 2018

Bài Ca Tự Do

Líu lo líu lo
Chim hót líu lo:
"Tự do tự do"
Lời ca tuyệt vời
Bài ca vô giá
Giữa trời bao la

Chim trời lồng lộng
Người bắt vào lồng
Người nghe chim hót
Từ lồng vỏ ngọc
Người thích tự do
Nhốt chim vào lồng
Người nói tự do
Bên lồng chim hót

Châm ngôn của người:
"Tự do hay chết"
Khẩu hiệu của người:
"Tự do muôn năm"

Một sáng mùa đông
Chim buồn nhớ nắng
Nhớ cả biển xanh
Tung cánh phá lồng
Tan đôi cánh mỏng
Tiếng hót không còn
Cánh chim dang rộng
Ôm bóng tự do

Cánh chim tự do
Trong lồng tang tóc
Máu xanh- máu đỏ
Màu máu tự do.

Bài hát bỏ quên

Bao lâu rồi bỏ quên trong ngăn tủ
Bài tình ca đã tươm ố mất rồi.
Bàn tay mẫm mò trên giòng kẻ, chữ…
Văng vẳng đâu đây nhạc khúc một thời .

Bài hát chơi vơi mộng đời ấp ủ
Có nghe ta đàn thốn nhức ngón tay
Những nốt nhạc nhảy bay thời xưa cũ
Tái hiện cuộc tình ngỡ đã tàn phai.

Mạch Sống
Tranh Đào Hải Triều

Bàn Tay

Bàn tay tôi sờ soạng
Chạm vào không gian xanh
Bao hy vọng thời trẻ
Mất hút theo ngày tháng

Bàn tay tôi lặng lẽ
Chạm vào thời gian lạnh
Mênh mông cõi mênh mông
Vũ trụ đen chuyển động

Bàn tay tôi sờ soạng
Chạm vào thời nghiệt ngã
Thiên đường chưa ló dạng
Địa ngục không lối ra.

Bất chợt

Có những lúc tâm hồn ta không nắng
Những hạt mưa khô rỗng tuếch đêm ngày
Bóng tối ôm ta trăng sao bỏ chạy
Bạc trắng vô cùng chẳng gì cản ngăn

Bất chợt con đường ta đi hụt hẫng
Đã dặn lòng sao trĩu nặng câu thơ
Muốn nhắn gởi - chẳng còn gì nhắn gởi
Bóng đêm về khô cằn cạn ước mơ

Bất chợt ta như là hòn bi xanh
Trong túi trẻ thơ chờ ngày "ra trận"
Cuộc đánh đáo hao mòn dần thân xác
Hòn bi ta lăn lóc giữa thăng trầm

Bất chợt ta là đứa trẻ thơ
Rất ngu ngơ, lại biết hận đời
Làm sao phủi hồn lấm tấm bụi
Phủi rồi cũng lủi thủi đơn côi

Bất chợt ta chẳng còn là ta nữa
Bao nỗi thương đau, nghiệt ngã dại khờ
Trái tim ráp từng mảnh đời tan vỡ
Tan theo sóng trào trôi tan bóng ta

Bất chợt vòng tay ta trải rộng
Chẳng biết ôm gì chỉ ôm ta
Niềm đau chất ngất tàn cơn mộng
Giang tay rỗng không thua thiệt đành lòng.

Bên Vệ Đường

Bên vệ đường
Có cụ già
Đứng nhìn ngàn người qua
Đi qua ngàn người
Chẳng thèm ngó tới

Bên vệ đường
Có cụ già
Đứng rẩy run trong gió
Cơn gió rẩy run
Hạt bụi vô tình

Bên vệ đường
Có em bé đi rong
Không biết ngọn nguồn
Em đi về đâu
Trong khói chiều sương

Tôi một mình
Lớ ngớ lén nhìn
Trong gió cụ già
Cụ già trong gió
Co ro em bé
Em bé co ro
Hình tôi qua đó
Một mình lơ ngơ

Lơ ngơ trên đường
Nghe con ễnh ương
Khát gào mưa xuống
Tôi nhìn mưa tuôn.

Bỏ cuộc

Bắt đầu là điểm không, không cột mốc
Hành trang mang theo nhạc khúc không lời
Thấy âm u có người bon chen tới
Sông sâu cạn vẫn tìm luồng ngược xuôi

Trôi giữa giòng có kẻ bỏ cuộc chơi
Giang tay thua thiệt, ngửa mặt than trời
Mồ hôi nước mắt rơi thành nỗi khổ
Giọt xuống lăn trầm mặn thấm môi khô

Đi cuối đường có người chưa tới chốn
Chửi rủa than phiền trách phận bi thương
Đầu cứ ngẩng mà bước chân lạc hướng
Bỏ cuộc đã dành bỏ cả thân luôn.

Bóng quê

Trở lại con đường xưa, phố ấy
Hàng cây dang rộng bước chân về
Kỷ niệm ngày đi nay mất hút.
Gió thổi lạnh lùng thoáng hương quê

Tôi lớ ngớ giữa chợ người qua lại
Tìm đâu ra dấu tích bóng quê nhà
Con chim quắt quay buồn cay mắt lá
Khàn giọng kêu chiều lạc mất đường bay.

Bước Chân

Bước chân
Âm thầm
Bên bờ
Ảo vọng

Bước chân
Đi rong
Mang nặng
Tình không

Đêm về
Lẻ bóng
Ngó bức
Tường rêu

Ngoài kia
Thông reo
Như là
Lạc giọng

Cơn mộng
Tàn rồi
Với gió
Hư vô

Đêm nằm
Than thở
Những lời
Thở than

Bước chân
Lang thang
Cưu mang
Bệnh hoạn

Cuối đường
Vô vọng
Âm thầm
Bước chân...

Buổi sáng bình yên

Sau vườn
... "Con cá quẫy trong hồ không còn cạn
Chim hót sau vườn chật cả không gian
Ngọn gió hiu hiu mùi hương mùi lá
Cánh hoa vàng nở rộng nụ cười xanh
Trước nhà
Bình minh tròn như tiếng hát tuổi thơ
Mừng nắng lên trăm chim ngứa cổ
Hỗn loạn lanh lảnh, ồn ào, khoa trương
Dù là tiếng hót cũng không nhân nhượng

Đôi sóc lông mượt rượt múa đuôi cong
Màn trình diễn trèo lên lộn xuống
Hẩy đuôi vung điệu múa xòe tung hứng
Lưng tựa cành nhón chân ngoắc nắng hồng

Trong nhà
Buổi sáng nghe từng giọt hạnh phúc
Trong tách càfé nhả khói, sụt sùi thơm
Bàn tay lấm tấm xông màu mực
Tờ báo mới xin tràn đầy tin tức
Từng chữ từng trang, không sót một giòng

Cô xướng thanh viên truyền hình
Vừa đọc tin vừa cười mủm mỉm:
"Thời tiết: nắng đẹp tuyệt vời
Chan hòa khắp mọi nơi"

Không thiên tai, núi lửa, lụt lội
Cả thế giới không một " Breaking News",
Trên tay cầm miếng bánh mì, tập sách
Những em bé da màu bánh mật
(Tận Trung Đông) dắt nhau đi học
Nói cười tan mất dấu chiến tranh

Một đời loay hoay xuôi ngược
Dễ gì được phút bình yên
Vợ vắng nhà, con đi xa
Bình yên sau nhà bình yên trước hiên
Trong vườn vừa nở những bông hoa.

Cancun*

Cancun cát trắng, trắng tinh
Biển xanh, xanh ngắt
Tôi đi dọc theo triền biển cát
Cát trần truồng
Không nơi nào giống biển quê tôi?

Cancun nước mặn, mặn nồng
Cây cao, cao vút
Tôi đi dưới rừng thông gió lộng
Cây rừng reo
Không nơi nào giống rừng quê tôi?

Cancun nắng nóng, nóng khô hạn
Bóng mát, mát xanh
Tôi đi nhìn hải âu tung cánh
Giữa mây trời
Không nơi nào gió mát bằng quê tôi ?

Cancun bên bờ đại dương
Vọng nhớ xa xôi
Tôi đi giữa thành phố Cancun
Dầu lạc lối,
Vẫn nghĩ tới
Lối nào cũng có bóng dáng quê tôi.

* Tên thành phố biển của Mễ Tây Cơ.

Chiều trên đồi Foothill

(Tặng nhà văn Giao Chỉ Vũ Văn Lộc)

Chiều cuối năm lên đồi xem trình diễn
Hàng ngàn khán giả cũng là diễn viên
Tay trong tay tiếng hát vang truyền
Mắt trong mắt nhìn sâu nỗi ngậm ngùi.

Chiều lên đồi cùng nghe, hát đồng ca
Hát khúc quân hành tiếp bước ông, cha
Thân quấn lá cờ niềm tin bước tới
Lấp lánh đâu đây bóng dáng quê nhà.

Chiều cuối năm trên đồi Foothill
Gặp người lính qua bao mùa mưa nắng
Thay đổi nhiều nhưng chỉ có một điều
Tấm lòng yêu nước chẳng đổi thay.

Một chiều - vui rất vui – buồn thật buồn
Cây lá ngó nhau, người ngẩn ngơ người
Bảng điểm danh đang còn dang dở gọi,
Người lính nhìn trời, đôi mắt xa xăm...

Chiều cuối năm gặp người em áo trắng
Tay dìu áo mẹ vầng trán nhớ cha,
Trong mắt em có mây buồn lãng đãng,
Nét đẹp lạ thường của Apsara*

Trên đồi Foothill gặp người lính già
Lê hai chân, trong tay cầm chân nữa,
Lưng oằn đau nỗi niềm bao la quá
Vượt khó lên đồi tìm bạn năm xưa...

Chiều lên đồi gặp anh hùng chiến trận,
Bỏ lại sau lưng kỳ tích lẫy lừng
Một cánh tay mất - chở che đồng đội
Một chân chẳng còn đệm bước quê hương...

Lên đồi gặp bà quả phụ anh hùng
Bỏ quên tuổi xanh lăn lóc quê người
Thủa nuôi chồng rừng xa nước độc
Vẫn gánh nuôi con ngẩng mặt với đời.
Ông đi rồi... bao đồng đội thương phế
Đang chờ tay bà tiếp tục chở che.
Bà H. ơi! Vết thương đời đang băng bó
Có vơi đi nỗi đau vết thương lòng?

Trên đồi gặp người nhạc trưởng tài hoa,
(Xưa ông là nhà quân sự tài ba)
Có đoạn chuyển điệu nhạc công nao núng
Ông chỉ huy bằng nhịp gõ bao dung.

Một buổi chiều thật đẹp – một buổi chiều!
Xin cảm ơn những tâm hồn cao thượng
Không có các anh đời hụt hẫng bao điều
Ví như bông hoa tặng người khuất bóng,
Mấy ai còn nhớ để trống không?...

Chiều trên đồi có còn ai ở lại
Tôi – cúi đầu - thầm hỏi giữa lặng thinh:
"Những tâm hồn kia làm sao sống được
Nếu không tự tìm ra... với chính mình?"

Chiều cuối năm, Foothill.
12/06-03/07

* Apsara: tên nữ thần người Champa.

Con đường đã và chưa qua

Con đường trắng, đường xanh, đường cỏ mục
Ta qua rồi sao thấy quá âm u
Đường thẳng, đường cong, đường địa ngục
Ta chưa qua mà ngại quá sương mù

Đường tắt, đường vòng, đường queo cong
Mỗi lần đi qua cúi đầu tính toán
Chậm thiệt nhanh thua ngập ngừng khựng lại
Đường ngả về không chân vẫn lòng vòng.

Đi tìm

Ta đi tìm giữa bình minh chói lọi
Sao thấy ánh hoàng hôn cứ ló dần
Chân bước vô hồn bao năm đá sỏi
Bỗng chốc gập ghềnh thân đã mòn hơi

Ta đi tìm tận chân trời góc biển
Tìm cho ra câu hát chung với người
Trong tiếng sóng vỗ cồn cào bão nổi
Trong hoang tàn chỉ có mỗi mình ta.

Con đường và Em

Con đường ta đi
Mỗi ngày mưa nắng
Có ngày trở chứng
Dừng chân giữa chừng

Mỗi ngày ta phải
Đi tiếp con đường
Ngã lên té xuống
Chẳng gì níu buông

Con đường sỏi đá
Không lá không hoa
Rong rêu hoang dã
Cằn khô cát bụi

Băng suối qua sông
Vượt leo gềnh đá
Theo con nước lách luồn
Xô ta ra biển lớn

Con đường vung vải
Giọt nắng vàng phai
Chưa hết con đường
Tuổi xuân xa mãi

Con đường mất dấu
Phai tàn ký hiệu
Không cuối không đầu
Đâu ra phương hướng

Con đường dị thường
Ngỡ đã hụt hơi
Máu lẫn mồ hôi
Bên bờ gai dại

Con đường dừng lại
Khi ta gặp em.

Em bé và con Chuồn Chuồn

Con chuồn chuồn bay lạc đậu trước hiên
Bé chợt thấy... khám ra điều khác lạ...
Bé hỏi Mẹ, hỏi thầy, cả người quen
Câu trả lời là cái lắc đầu vội vã

Bé lần tìm được cụ già uyên bác:
"Ông ơi con chuồn chuồn có mấy chân?"
Câu hỏi bất ngờ, cụ già bỡ ngỡ:
Ừhm... người có hai chân, trâu bò bốn
Chuồn chuồn ắt có... tám... đó con
Bé nhíu mày... có phải?... vẻ hoài nghi?

Hôm ấy, cụ già thêm bệnh... mất ngủ
Mồ hôi lăn trên đống sách mù u
Này nhé: chuồn chuồn đậu cạnh bờ ao...
Còn đây: chuồn chuồn bay thấp thì mưa
Bay cao thì nắng bay vừa thì râm". *
... Ơi cái chân chuồn chuồn... sao chẳng thấy?
Có một điều bây giờ ta mới hiểu
Trường đời kia mới rộng lớn hơn nhiều...

Chờ Bố đi làm về, Bé hỏi:
"Chuồn chuồn có mấy chân hở bố?
Ồ con yêu, con chuồn chuồn có…"
Thật tuyệt! nhưng làm sao bố biết?
"… Hồi nhỏ, có lần nghe người ta nói:
Bắt chuồn chuồn cắn rún, biết… bơi,
Rún chảy máu… bố chẳng hề bơi được
Còn chuồn giơ chân, nằm ngửa ngó trời…"

Chuồn chuồn cắn rún còn chịu được
Khó gì chuyện lội nước bơi sông
Tuổi thơ không phơi nắng trên đồng
Làm sao biết được chuồn chuồn mấy chân

Bài học đầu tiên không nằm trang sách
Theo Bé lên giường mỉm mỉm cười duyên
Con chuồn chuồn sáu chân rung bốn cánh
Nhẹ bay vào giấc ngủ tuổi thần tiên.

* Thơ ca dân gian Việt Nam.

Gặp thi sĩ Bùi Giáng

Tình cờ gặp Bùi Giáng trên phố đông
Người qua kẻ lại ai ông cũng nhìn
Chân đi chân không, tóc không còn tóc
Gặp ông ai cũng tưởng là gã điên

Ô, không! mỗi lời, cười, nói huyên thuyên
Không sắc màu nhưng đậm đà tính khí
Trong "ngôn ngữ nói" chừng ngỡ vô duyên
Đầy tính ẩn dụ nghiến đay triết lý

Đọc thơ ông tôi thót mình - kinh động
Nhắm mắt trầm ngâm suy diễn viễn vông
Lạ, cũng muốn theo ông tìm "một nhân cách"
Nhưng- Bùi Giáng chỉ một mình với riêng ông.

Saigòn 1994 – San Jose 2005

Giòng tự sự

Ta từng vươn lên từ bao khát vọng
Tiếp cận, xa dần nghiệp kiếp đi rong
Nhưng u mê vẫn điền khuyết trong ô nhục
Nên rủi may xin dành lại phận người

Ta đã từng buông xuôi bao ước mộng
Ẩn dụ ta núp bóng lúc khai hoang
Tiềm tàng ngay trong bóng ngày rong ruổi
Nên thiệt thua xin giữ lấy hỡi người

Ta từng bỏ qua bao lần lỗi hẹn
Để trốn nương thân núp bóng rừng già
Nhạc cảnh gió hoang chiều tàn rụng lá
Bước ngả xiêu dần với cõi riêng ta.

Giọt nước mắt

Giọt nước mắt tuổi thanh xuân còn đọng
Trên mặt em heo hắt cuộc tình buồn
Tháng năm chừ có phai chùng trong mộng
Chiếc khăn này em hãy lấy hong khô

Mang niềm đau qua bao mùa hoa nở
Nên đời em lận đận gánh nghiêng vai
Thôi thì hãy lau mấy giòng lệ ướt
Để hương tình đầu mãi không tàn phai.

Lá vàng rơi

(Nhớ Nhà Văn Nguyễn Xuân Hoàng)

Lọc cọc, lọc cọc!!!
Lọc cọc! Một chân sắt hai chân người
Một chân lùi hai chân bước tới
Không gian vang rền tiếng hí ngựa
Thuở hoàng kim hồi động vọng đất trời

Đành lỗi nhịp với cây đàn đã gãy
Bài hát xưa như dấu lặng ngậm ngùi
Lọc cọc đi anh tìm gì ai thấy
Như đi tìm hoài mộng ước chưa nguôi...

Cơn kinh động xói mòn da thịt
Mang vết thương vật vã tận cùng đau
Ghì lên chân sắt cong mềm hy vọng
Ôm khói sương mong manh thiếu nắng hồng

Mang nỗi buồn "lọc lọc" giữa thế gian
Chưa đi hết con đường Anh phải đến
Sợi tóc trắng trú mình bao dấu hỏi
Chợt gió về hất rụng xuống đêm đen

Mùa Xuân đang ẩn mình phía trước
Chiếc lá vàng anh lượm rớt sau lưng
Vẫn tất bật xoay vòng đời hối hả
Rồi loay hoay với đau đớn tận cùng

Lọc cọc lọc cọc!!!
Lọc cọc! Một chân sắt hai chân người
Một chân lùi hai chân bước tới
Anh đi tới - vươn mình đi tới
Dẫu hoàng hôn đã mất dấu bình yên

Dựa vào da thịt nàng yếu đuối
Nơi điểm tựa cuối của tình yêu
Giọt nước mắt ngược chảy vào trong
(Nơi giao lưu giọt máu sắp khô giòng)

Chiều nay gõ nhịp đều trên nạng
Anh chợt nghe tiết điệu lá vàng rơi
À ơi bài hát… không lời
Mà sao buồn bã giữa trời Mùa Xuân.

Milpitas, Tháng Ba 2014

Mơ hoang

Đã có lần mơ tôi là ngọn sóng
Bềnh bồng trôi con nước lạc trăm giòng
Cơn bão đến đập tan thành muôn mảnh
Tôi vẫn là tiếng hát giữa biển xanh

Đã có lần mơ tôi ngồi hiu quạnh
Co ro nỗi niềm đếm tiếng đàn xưa
Mười ngón tay thô chưa ra âm điệu
Trêu điệu nhạc buồn trổ khúc rong rêu

Đã có lần mơ tôi là chiếc lá
Từ giã cây trơ theo ngọn gió luồng
Chiếc lá vàng bay cuốn về ba ngả
Ngả nào cũng rớt thả giữa hư không

Đã có lần mơ tôi là dế nhủi
Rả rích đêm dài ngóng mảnh trời đen
An phận ôm tôi chôn đáy cỏ vùi
Ngàn bước chân vô hồn bước dẫm lên

Đã có lần mơ tôi là cánh chim
Giọng khàn khô lạc lõng giữa nắng chiều
Mùa xuân về đồng không rừng xa lạ
Cây lá trụi trần chẳng muốn ra hoa

Đã có lần mơ tôi là cát bụi
Núp bóng sương mai lẫn dấu mây mù
Kiếp lãng du mòn chân vai trần trụi
Con đường tìm về xa lắc âm u

Cả vạn lần cơn mơ đến và đi
Để lại tôi trơ lạnh một di hài
Ôm đêm đen hấp hối trong mộng mị
Sớm mai hồng mơ lại đến đầu thai.

Người Đi Tôi Đi
(1975)

Một sáng người đi.
Nhắm về hướng biển
Tôi quá ngu ngơ
Lòng thòng vướng nợ oan khiên

Người đi đường tắt,
Tôi đi đường vòng,
Con đường queo cong.
Lạc về hướng núi mù sương

Tôi vừa đi vừa hát.
Người niệm Trời, tụng kinh.
Tôi chỉ một mình
Người bên người thân
Tôi chẳng người tình
Cũng chẳng một ai
Ôm con đường độc thoại
Ôm mối sầu trở trăn

Người đi gối ấm ôm chăn
Còn tôi da mỏng bọc quanh thân mòn
Đất còn mà nước chẳng còn
Đêm nằm khát vọng lời mòn thở than

Người đi mang những lo toan
Tôi đi có ánh trăng vàng dõi theo
Lại còn ôm tiếng suối reo
Khi buồn ngồi hát hòa theo tiếng đàn

Người đi ôm bạc ôm vàng.
Tôi đi một đống kho tàng viễn vông
Bỏ hình bóng lại bên sông
Tôi đi tôi mất chẳng còn có tôi.

Nhật ký

Tôi giở từng trang nhật ký
Ghi đầy đủ tháng ngày
Ngày tháng thì đã bay đi
Chỉ nỗi bùi ngùi ở lại

Tôi giở từng trang nhật ký
Có ghi đầy đủ tên người
Thằng Đồng, Thông chột, Cu Lơi
Mặt ngây ngô với nụ cười

Từng trang, từng trang nhật ký
Bay bay sợi nhớ trong chiều
Tuổi thơ chạy qua trang giấy
Vẽ đường đi học tắm mưa

Kỷ niệm ướt mềm cỏ úa
Ướt lây trang vở thay màu
Hình ai ngơ ngác nhìn nhau
Lạ, xa... mà thấy rất gần

Tuổi thơ lăn trên trái banh
Đường đi bi đá hình vòng
Ngày nào dành nhau trái bóng
Bây giờ ôm bóng nằm không

Tôi giở từng trang nhật ký
Thiếu quá nhiều điều quên ghi
Lòng tôi bâng khuâng trống vắng
Dẫu bao kỷ niệm tràn dâng.

Nỗi lòng

Chiều xa quê hương chiều thật xa
Nhìn đâu cũng thấy dáng quê nhà
Cơn đau thương nhớ đang vật vã
Hoài cảm ru hời khúc dân ca

Dân ca mang hồn của nước non
Thổn thức Nam Ai mấy giọng hò
Ai ru điệu lý sầu Quan Họ
Sỏi đá trơ trần cũng ngẩn ngơ

Chiều xa quê hương chiều ốm đau
Co ro bạc phận kẻ lưu đày
Nhẩm theo khúc hát quên lời hát
Nghẹn chút hương thầm đã mờ phai

Xưa sáo sang sông mang câu hát :
"Con sáo sang sông, sáo sổ lồng"
Nay bỏ quê xa ngàn sông biển
Chẳng lấy nửa câu hát nằm lòng

Ơi sáo sang sông quên tiếng hát
"Ruột đau chín chiều" sáo biết không*
Bên mái tranh tàn Mẹ quay quắt
Lòng đang sóng vỗ mỏi mòn trông

Xuân về sao chẳng thấy mùa xuân
Lây lất đau thương sóng dậy tràn
Quê xa mờ mịt giòng u uẩn
Cho dầu sáo hát giữa trần gian.

(Tháng tư đen 2006)

* Ca dao Việt Nam:
"Chiều chiều ra đứng ngã sau
Nhớ về quê Mẹ ruột đau chín chiều"

Tha phương

Chân trời xa cánh cò lặn lội
Dáng mẹ mơ huyền dáng quê hương
Con ruổi rong tìm con đường sống
Chẳng biết đã xa mấy vạn trường

Đứng giữa phố người sao tủi thân
Con hát nghêu ngao thời lỡ vận
Càng hát càng cao buồn chồng chất
Chẳng chịu nơi nào níu giữ chân

Ba bảy nổi chìm sống lênh đênh
Ở đâu ngày tháng cũng buồn tênh
Nhịp ba nhịp bốn con khập khiễng
Trầm trầy trầm trật bước xiêu nghiêng

Nhớ mẹ chiều nay con nhớ Mẹ
Tha phương quay quắt bước con về
Chín chiều quặn đau như xát muối *
Ngõ sau thui thủi một hồn quê

*Lấy ý từ Ca dao dân gian:
"Chiều chiều ra đứng ngã sau
  Nhớ về quê Mẹ ruột đau chín chiều"

Giỗ cha

Con thắp lên cha ba nén hương
Suy nghĩ con lan man theo sợi khói
Sợi khói vô tình chạm mắt con
Nước mắt khô rồi lòng vẫn chưa nguôi
... ...
Con sống đây cứ như kẻ không hồn.

Thủa ấy, tình yêu

Tặng em, đóa vàng nở giữa tim anh

Gặp em trong xóm cùng chung lối
Như đóa vàng nở giữa vườn tôi
Thủa ấy tình yêu dễ thương quá
Chỉ hái cho nhau mấy nụ cười

Cô hàng xóm nụ cười xinh xắn
Mỗi sáng tan trường áo trắng bay
Tôi đứng bên đường dong con mắt
Ngóng đợi em về trong nắng mai

Thủa ấy tình yêu hồn nhiên quá
Mùa xuân tràn ngập những bông hoa
Riêng tôi chỉ hoa vàng sáng nở
Lóng lánh nốt ruồi trên môi duyên

Thủa ấy tình yêu hồn nhiên quá
Gởi chút tình thầm qua trang thư
Thư đầy chữ nhưng sao chưa đủ
Đọc hoài cũng chẳng biết thực, hư

Thủa ấy tình yêu trong sáng quá
Chỉ có trăng vàng và ánh sao
Nhà tôi có cây đào trước ngõ
Hai đứa thường ngồi hát tình ca

Thủa ấy tình yêu sao thánh thiện
Nỗi nhớ tinh trong như hạt sương
Đêm về thao thức ôm hình bóng
Để những mơ màng nở yêu thương

Thủa ấy tuổi chung còn rất trẻ
Mà đường đời lại rất mênh mông
Có lúc lăn mình qua dâu bể
Ôm nỗi niềm riêng nỗi trống không

Thủa ấy tình yêu vàng đóa hoa
Bao lần gió bão đầy gian truân
Lầm lì gạt qua bao nghiệt ngã,
Sống chết một đời vẫn cưu mang.

Tiếng Chim

Buổi sáng thức dậy vắng tiếng chim
Chung quanh chết lặng trong im lìm
Một ngày trống rỗng trong vô cảm
Một ngày ngớ ngẩn của người điên

Thức dậy không nghe thấy tiếng chim
Chẳng hiểu vì sao buồn vô hạn
Thiên nhiên thèm thuồng cơn thiếu nắng
Một ngày hụt hẫng chẳng bình yên

Có lúc ngu ngơ vòng dấu hỏi
Trái đất này nếu vắng tiếng chim?

Gần như không thể nào tưởng tượng
Người say, tỉnh, thức… trong vô thường
Kẻ làm thơ cắn viết trong ẩn khúc
Trẻ thơ không nhạc để múa ca

Ờ tiếng chim chỉ là tiếng chim thôi
Mà sao rối loạn cả con người
Cây rừng rũ lá hoa chết lặng
Bình minh không có cả bóng mình.

Tiếng hát trăm năm

Ta gởi hồn trôi bay trên sông núi
Cuốn theo mây trời lãng đãng ngược xuôi
Chút âm xưa vang vọng hát cho đời
Bỗng bật người trăn trở nỗi niềm riêng

Ngày tháng xa dần buồn vui ngắn ngủi
Thay sắc màu đâu thấy ánh tà huy
Dọc ven đường cây rũ sầu khô héo
Ôm bóng mình nghiêng bóng nhớ trông theo

Có tiếng khóc vô hồn người lữ khách
Chùn chân bước mỏi giữa chốn trần gian
Gió cuốn đi ngày trôi cùng tháng tận
Hạt bụi cay con mắt xót thâm quầng

Ngồi xuống đây, người còn mơ hay tỉnh
Giống củi khô thân tróc vảy trụi trần
Chừ mới thấy chén rượu nồng chưa thấm
Cháy kiếp rồi cuộc lữ vẫn dở dang

Ta vẫn nợ trốn chui đâu vẫn nợ
Nặng tim đau sao người vẫn ơ thờ
Nợ ân tình, nợ hờn căm, tủi khổ
Nợ một đời nên tiếng hát ngu ngơ

Quăng chiếc bóng xoay vòng của lữ khách
Ngã giá hành trình để biết về đâu
Đánh đổi gì để tìm nơi êm ấm
Ta sẽ tặng người tiếng hát trăm năm.

Tình cờ nghe lại bài hát xưa

Tình cờ chợt nghe bài hát xưa
Thoáng chút ngẩn ngơ trong nắng chiều
Mùa thu rã rời bên khung cửa
Giọng hát buồn hơn cả tiếng mưa

Thềm ai rung đóa vàng xao động
Con đường trải rộng bóng hoàng hôn
Hàng cây ghi dấu từng chân bước
Áo trắng bay vào giấc mơ hoang

Tình cờ nghe lại bài hát xưa
Phiêu lãng mây bay qua mấy mùa
Âm sắc tình phai tàn mấy thuở
Chỉ còn đơn lạnh với đêm mưa

Hoài niệm u uẩn vờn trong mộng
Hình cũ ngỡ quên bỗng lại về
Hương xưa phảng phất trong làn gió
Nên lòng trăn trở với cơn mê

Tình cờ nghe lại bài hát xưa
Sóng dậy cuồng dâng khúc nhạc đầu
Tình yêu thuở ấy sao đẹp quá
Chỉ biết say nồng với thơ ca

Bài hát khắc ghi trên sỏi đá
Có cả hình em lẫn bóng mưa
Ngày sau tiếng hát không còn nữa
Còn nở trên môi cánh hoa vàng

Tình cờ nghe lại bài hát xưa
Cúi mặt lặng theo tiếng thở dài
Yêu thương ngày ấy dần mất dấu
Có phải tình ta đã nhạt màu?

Tượng Đài

Đất nuôi cây lớn lên,
Từ khi cây là hạt.
Cây lớn lên từ đất
Ưỡn ngực giữa trời cao
Hát với gió, trăng sao
Qua bao mùa giông bão,
Đất ôm cây giữ chặt
Vững như một tượng đài.
Đất ẩn mình sâu lắng
Trong cõi đời im lặng.

Mẹ - tháng ngày cưu mang
Ôm con đời lặn lội
Đi tìm phương mặt trời
Cho con nhiều ánh nắng.
Há miệng khi con ăn
Co người khi con bú
Đau nỗi đau của con
Buồn hơn cả nỗi buồn...

Niềm tin mẹ chở che
Cho con đi hết dặm trường
Chẳng bao giờ nghe mẹ
Dẫu một lời thở than
Cho đến ngày không còn mẹ nữa....

Chiều buồn dưới bóng cây
Bỗng nhiên thấy mẹ về
Ơi dáng mẹ
Sừng sững trong con một tượng đài.

Thành công

Chưa bao giờ làm gì ra tích sự
Năm bảy câu thơ cũng chẳng có mong
Nên mượn tiếng chim đệm giùm câu hát
Vội ghi nhật ký khúc nhạc thành công.

Thất bại

Ta đang sống lụn dần trong thất bại
Lẩn quẩn ra vô cho hết một thời
Những suy nghĩ nghĩ suy còn non dại
Vẫn bám riết theo ta suốt một đời.

Ăn Tết xứ người

Mẹ ơi, con ăn tết, xứ người, trong hãng
Hạt mứt con ăn cay nỗi buồn vô hạn
Bánh pháo là tiếng nổ cồn cào nỗi nhớ
Giấc ngủ giao thừa cắt vụn khúc tĩnh, mơ.

Ánh trăng

Bên bờ vực thẳm tìm đâu ra ánh sáng
Chợt thấy vầng trăng cứ ngỡ cổng thiên đàng
Đang toan tính bươn khỏi mấy tầng bóng tối
Bước trồi, bước sụt... thôi rồi... ánh trăng tan.

Cỏ và Sương

Cơn đau hạt sương lang thang đêm lạnh
Buồn cho cỏ dại chôn trong lòng đất
E ngại ai dẫm chôn vùi số phận
Sương cỏ ôm nhau sống chết chung phần.

Nhớ

Những câu thơ nghĩ ra không còn nhớ
Tan trong sương gió hòa nắng mây trời
Biết trong ta còn câu thơ viết dở
Sao chẳng nhớ gì, chỉ lại có thơ.

Sau cơn biển động

Cơn bão rớt xuống bao lần dậy sóng.
Biển đời ta là con nước mênh mông
Có đu mình bay qua bao biến động
Ta vẫn ta dù mẻ đã bao lần.

Thoát Thân

Ôm hạt sương lang thang trong cơn hạn
Ôm nỗi buồn điên dại dưới trăng xanh
Người có níu ta vào cơn ác mộng
Ta cố ôm thân nhảy thoát đêm trần.

Con chuồn chuồn

Con chuồn chuồn ngoắt gió tự tình riêng,
Hương bay chạm má ai hồng bẽn lẽn.
Chuồn rung mình ngỡ mộng lành đang đến
Tung cánh tìm hoa mắc cỡ se duyên.

Trở lại

Trở lại con đường xưa, phố ấy
Hàng cây dang rộng đón chân về
Kỷ niệm ngày đi nay mất hút.
Cơn gió lạnh lùng bóng hương quê.

Dấu hỏi

Lá chưa xanh sao trái non đã rụng
Bình minh chưa tròn nắng đã vàng tan
Sỏi đá lăn trầm quay vòng trắc ẩn
Sao đời ta bỗng chốc đã úa tàn.

Giữa cơn sóng lớn

Giòng đời cuồng trôi trong con sóng lớn
Nên ta vô hồn như kẻ mộng du
Ngụp lặn chìm trong bão giông mưa lũ
Thân xác tàn rơi ngã giữa hoang vu.

Dòng thơ trước 1970

Vài dòng: ... Có lần về thăm quê hương, tình cờ gặp anh Trần Phương Kỳ, người bạn văn nghệ thời trẻ, (1966-1969). Anh Kỳ nói: Tôi còn nhớ vài bài thơ của "ông" (bạn bè hay gọi nhau bằng ông) mà tôi nghĩ là "ông"... đã quên. Rồi anh đọc một loạt bài thơ ngắn trong đó có bài "Về Thành Phố" mà tôi cũng không biết là thơ... của mình. Cảm động lắm. Tôi không còn làm thơ từ năm 1969, sau khi xuất bản tập thơ "Cúi Mặt". Sau biến cố 1975, tôi bị thất lạc nhiều thứ trong đó có tập bản thảo sáng tác gồm khoảng 40 ca khúc và 100 bài thơ sáng tác. Từ đó, chẳng còn nhớ thơ, nhạc của mình. Tất cả đã đi vào quên lãng... Cho đến ngày gặp lại anh Kỳ... Rồi thêm một vài người bạn còn giữ tập thơ... Cũng xin nói thêm: Anh Trần Phương Kỳ hiện là nhà nghiên cứu lịch sử nghệ thuật Champa và là giảng viên bộ môn này tại nhiều trường đại học ở Nhựt Bản, Singapore, Thái Lan... và dĩ nhiên là VN nữa. Nhân đây, tôi xin cảm ơn anh Trần Phương Kỳ. Anh là "cha thứ hai" của "bài thơ trước 1970 này của tôi. Và tôi muốn ghi lại để nhớ mãi những kỷ niệm của một thời - một thời thơ ca của tuổi thanh xuân".

Dòng thơ trước 1970
(Những dòng thơ thời thanh xuân)

Về thành phố

Về thành phố một lần xa thành phố
Tìm cô đơn trong đáy mắt em yêu
Về thành phố bao lần không còn nhớ
Tôi gặp tôi trong ngõ tối tiêu điều

Về thành phố trở lại thăm thành phố
Tôi tìm em chẳng thấy bóng em đâu
Hồn trĩu nặng loanh quanh qua xóm cũ
Về nơi đây rồi biết đến nơi nào?

Dòng thơ trước 1970
(Những dòng thơ thời thanh xuân)

Bước chân quen

Đã có lần tâm hồn anh mở cửa
Đón em về mang lạnh những hơi mưa
Khi em đến anh van chim đừng hót
Để âm thầm chỉ có bước chân quen.

Dòng thơ trước 1970
(Những dòng thơ thời thanh xuân)

Mong ước

Anh muốn cho em đừng biết hát
Tiếng hát sầu muộn như nhạc buồn Chopin*1
Như những buổi trưa mưa hỏi han lạnh buốt
Những buổi chiều nắng gõ gió cười

Anh muốn tay em đừng trắng quá
Dìu vợi hồn anh nỗi sợ thánh thần
Những lúc trời khuya sao băng khóc
Vuốt tóc anh thoang thoảng bóng mẹ hiền

Anh muốn tóc em đừng dài quá
Bồng bềnh như dệt dãy Ngân Hà
Ngăn đôi tình Ngưu Lang Chức Nữ
Như tình anh đã đượm mấy lâu nay

Anh muốn mắt em đừng sáng quá
Đừng sáng soi giữa chốn đông người
Anh chỉ muốn riêng anh một tối
Như hai vì sao lạc giữa Orion *2

Anh muốn thế nhưng Trời lại không muốn
Em vẫn hát hay
Mắt em vẫn sáng
Tóc em vẫn dài
Tay em vẫn trắng
Nỗi buồn thênh thang chợt khép cổng
Đóng hồn anh lạnh cõi hư không.

1969

1) * Frederic Chopin, Nhạc sĩ Piano Ba Lan lai Pháp (thế kỷ 19)
2) * Orion tên 1 chùm sao.

Dòng thơ trước 1970
(Những dòng thơ thời thanh xuân)

Những bước chân học trò

Em rất xinh dưới mặt trời buổi sáng
Áo trắng bay mơn trớn lá rụng cành
Bờ môi sữa thơm như mơ vừa chín
Anh có lần mơ ước hái trái mơ

Tiếng hát khẽ vang hương luồng hơi thở
Em thấy đời xanh như thể lá hoa
Nặng tuổi rừng song anh rất dại khờ
Vì em hát bài tình ca hoang dã

Anh sững sờ đếm bước chân rộn rã
Giọng guốc buồn như gõ nỗi lòng anh
Lỡ mai kia tình yêu chưa vội vã
Âm thanh nào tìm lại tiếng chân xưa

Anh muốn vuốt mái tóc ướt lá dừa
Màu óng ả thêu thùa đan sợi nắng
Trong phút chốc lòng anh nhàu như lụa
Ngỡ tóc mềm nhẹ lướt trên da anh

Anh say khướt vì uống nhiều hương tóc
Đã hưởng nồng anh còn rót vào thơ
Khi em về bên giấc ngủ mộng mơ
Anh ngất ngây đọc thuộc bài thơ cũ

Anh không thích mùa xuân chưa kịp tới
Thương lá vàng yếu ớt đậu bờ vai
Mỗi buổi đi về trên đường nắng rải
Chỉ có mây buồn và dáng em thôi

Anh đã chất trong vòng tay quen thuộc
Thơ học trò im ngủ giấc vàng êm
Những nét chữ đậm đà trong tiếc nuối
Giòng thơ buồn vì vắng tiếng hát em

Trên sỏi đá ngày xưa còn in dấu
Em hiền từ nay đã bước lên ngôi
Anh bàng hoàng thấy lòng buồn quá đỗi
Đành cúi mặt đi tìm dấu chân xưa.

Dòng thơ trước 1970
(Những dòng thơ thời thanh xuân)

Nổi sóng

Ta ghi khắc trên nấm mồ cứu rỗi
Tên một người phế thải giữa trần gian
Vì ta biết có gì như sóng nổi
Đang cuồng nộ đập phá cả xác thân.

Dòng thơ trước 1970
(Những dòng thơ thời thanh xuân)

Phân vân

Anh không khóc khi thấy đời buồn tủi
Và không buồn khi lỡ mất niềm vui
Tay buông lỏng thả trôi tình nguyên thủy
Sợi âu sầu đan gặm điếng hồn anh.

Dòng thơ trước 1970
(Những dòng thơ thời thanh xuân)

Sám hối

Anh ngỡ ngàng như nắng nhẹ trên đồi
Dáng em về ngự trị cả không gian
Nhớ có lần anh ngồi đây sám hối
Lỡ làm buồn người con gái thanh xuân.

Dòng thơ trước 1970
(Những dòng thơ thời thanh xuân)

Tình Hoang

Tình yêu ta gởi phương Đông
Mặt trời thức dậy bừng con tim nàng
Ta xin một chút nắng vàng
Cho lòng sưởi ấm những làn mưa ngâu

Tình yêu ta gởi nơi đâu
Mặt trời về ngủ buồn đau đầy hồn
Ta xin một chút ánh hồng
Về đêm dệt mộng cho lòng ngất ngây

Tình yêu ta gởi mây bay
Mặt trăng ru ngủ dáng gầy trầm luân
Lỡ khi ta nhớ bâng khuâng
Nhìn mây như thấy tóc nàng lang thang

Tình yêu ta mãi cưu mang
Để không sợ mất khi nàng cô đơn
Tình yêu ta gởi đại dương
Lên cơn bão nổi ta cuồng tình hoang.

Dòng thơ trước 1970
(Những dòng thơ thời thanh xuân)

Vây Buồn

Anh đã làm gì cho xuân biếng hát
Cho nắng hạ thôi nhảy giữa đồng hoang
Cho giọt mưa thu se mình kinh ngạc
Ở ven sông rơi rụng chiếc lá vàng.

Dòng Sông Mơ Ước
Tranh Đào Hải Triều

Nhạc thơ thủa nào

Đêm nằm thơ dậy nhạc trào
Bao nhiêu trăn trở thủa nào theo sau
Xưa nay tiếng hát không màu
Giờ thơ với nhạc tuôn nhau tràn về.

Lục bát Buồn

Tôi ơi buồn quá tôi ơi
Tôi buồn vì những thơ tôi rối bời
Rối bời thì gỡ từng lời
Còn tôi sao vẫn không rời buồn tôi.

Cho Dù

Cho dù sáng nắng đêm mưa
Nhưng tình khô hạn còn chưa động lòng
Cho dù trong gió, bão giông
Tình tôi vẫn nhớ chờ trông tìm về.

Bóng Tôi

Bóng tôi lạc giữa đất trời
Hình hài như thể hụt hơi cuối giòng
Bóng tôi ngày mãi long đong
Đêm vùi một nỗi cô đơn lạ thường

Bóng tôi u ẩn trong sương
Lần đi mất hướng lạnh đường canh thâu
Có ai theo bóng tôi đâu
Nên riêng ung khối mọt sầu đớn đau

Bóng tôi bóng tối tìm nhau
Mờ trăng nhạt nắng sắc màu tàn thêm…
Bóng tôi nương ánh sao đêm
Lung linh từ thủa yêu em chớm buồn

Bóng tôi ngã xuống trần truồng
Bên bờ hiu quạnh qua truông gập ghềnh
Bóng tôi trôi giữa lênh đênh
Theo giòng hoang tưởng chênh vênh tìm về

Bóng tôi hấp hối cơn mê…

Đi rong

Đi rong một kiếp đi rong
Qua bao bờ bến qua sông trăm giòng
Vượt qua bao núi băng đồng
Đi đâu rồi cũng ngả vòng hư vô

Nơi đây xa lắc xa lơ
Người ra mặt lạ chẳng nhờ nương thân
Mỗi ngày cứ mỗi phân vân
Sao tôi lại bỏ vầng trăng thôn làng

Quê nhà giờ đã ngập tràn
Bóng đen gai góc hoang tàn rong rêu
Con chim khàn giọng tiếng kêu
Con dế rả rích tiêu điều chiều hoang

Đêm nằm khóc với trăng tan
Mây trôi cuối nẻo tiếng than vọng về
Mỗi ngày mỗi mãi ê chề
Đêm thao thức với cơn mê nửa vời

Xa rồi tôi đã xa rồi
Tìm đâu mái ấm cho người đi rong.

Em về em hỏi

Em về hỏi lại giòng sông
Quanh năm chảy ngược xuôi nguồn vui không
Nước trôi lăn lội lòng vòng
Tìm đâu bờ bến đổi giòng chia xa

Em về hỏi lại rừng già
Đến khi thay lá có là xanh hơn
Cây vui nhờ ngọn gió luồn
Rừng vui nhờ vỗ điệu mông mênh buồn

Em về hỏi lại cánh đồng
Con đường đất đỏ tàn đông hóa bùn
Thì rồi em hỏi mưa phùn
Hỏi ai ai cũng lạnh lùng như không.

Nhớ quê

Đêm nằm thao thức vầng trăng.
Ngày ra đi nắng in hằn dấu chân
Mây trời phủ xuống sương tan
Ngày về mưa rũ buồn tàn dấu phai

Tôi xa bao tháng năm dài,
Nên chứ mới thấm lệ ray rứt buồn
Nhớ làng nhớ xóm nhớ buôn
Nhớ luôn cả nước con sông rì rào

Khi nào cho đến khi nào
Quê nhà xa lắc làm sao tìm về.

Nụ cười

Nụ cười ai rớt trên sông
Tôi loay hoay mãi trên giòng nước trôi
Trăng sao giờ đã mờ rồi
Bóng ai về khuấy rối bời tim tôi

Nụ cười lánh lót đầu môi
Vang trong thinh lặng làm tôi ngậm ngùi
Nghe cười cứ ngỡ là vui
Lòng tôi tắt liệm chôn vùi tình ca

Nụ cười lơ lửng gần xa
Tôi đi ngước mãi mong ra chân trời
Vừa đi vừa kiếm nụ cười
Khi tìm ra được thôi rồi mất luôn

Bàn tay tôi đã thả buông
Tìm em như thể tìm trông gió trời
Gió trời thổi tắt nụ cười
Còn tôi tìm mãi thèm môi em cười.

Thơ tôi

Thơ tôi, tôi viết trên cây
Mùa đông lá rụng cây gầy đổ nghiêng
Tôi ngồi ôn mối ưu phiền
Thơ bay kỷ niệm hẳn nhiên xao lòng

Thơ tôi một mớ rêu rong
Thời gian ấp ủ đau lòng triền miên
Thơ tôi ngỡ đã ngủ quên
Đến khi nhịp gõ luân phiên điệu buồn

Thơ tôi có lúc lạ thường
Tàn phai trong gió mù sương lạnh lùng
Tôi ngồi trong cõi vô thường
Mặt trời thức dậy tan hồn thơ tôi

Thương tiếc Anh Hoàng Sơn Long*

Cõi trần đầy những lo toan
Anh đi trống vắng muôn vàn nhớ thương
Ngày vui buồn chất đoạn trường
Đêm thao thức với con đường chưa qua

Anh đi để lại thơ ca
Đường đời đường đạo đậm đà nghĩa nhân
Tiếc Anh dù có bao lần
Một lần cũng đủ muôn phần nhớ thương.

*Anh Hoàng Sơn Long tên thật là Vương Học Thiêm, là người anh, người bạn văn nghệ rất quý mến của tôi và Đoàn Du Ca Bắc Cali. Anh là một nhân sĩ rất được kính trọng trong cộng đồng, hội trưởng Phật giáo Hòa Hảo Miền Bắc Cali. Về hoạt động văn nghệ, anh viết báo, viết văn...(đã xuất bản nhiều tập truyện). Tháng 9, 2019, Anh đột ngột ra đi, để lại bao nuối tiếc ...Tôi mất trong đời một người bạn lớn, người anh thân thương

Tiếng ve

Con đường chợt sáng tiếng ve
Trong tôi thấp thoáng bóng về tuổi thơ
Bóng còn bóng mất chơ vơ
Ve kêu ngơ ngẩn ngẩn ngơ hè về

Tiếng ve thức dậy mùa hè
Buồn vui lẫn lộn chen đè lên nhau
Râm ran kỷ niệm còn đâu
Phải ve ngứa cánh cọ đau tuổi buồn

Người đi mất hút cuối đường
Bao nhiêu hoài niệm liệm thương nắng chiều
Đâu đây tiếng hát đìu hiu
Treo trên cung bậc sáo diều mênh mông

Tiếng ve về giữa hư không
Theo cơn mộng dữ bay vờn lên thơ
Ầu ơ tiếng hát ầu ơ
Tiếng ve còn đó tuổi thơ bay rồi.

Thực và mơ

Có gì đó giữa thực và mơ
Dập dìu luồn trong từng hơi thở
Vũ trụ choàng thoát khỏi cơn mê
Dầu tinh sương vẫn còn nguyên vẹn

Hãy cứ nói cười huyên thuyên
Rồi nín lặng nghe giòng chảy ngược
Ta sẽ cười giùm ai chỉ biết khóc
Và sẽ nói giùm ai biết lặng im

Ta ngồi đây nhìn mùa thu thay áo
Xao động tiếng ễnh ương lao xao
Núi đồi vừa thay lá đổi màu da
Trời lắc lư ban ra ngày tháng lạ

Đá tảng biến dạng rêu hoài cổ
Vết tích thương đau lăn xuống mồ
Giấc mơ tàn rụi rơi cành lá
Đời nhuộm ta biến mất dấu ta.

Tuổi thơ tôi

Tuổi thơ tôi
Theo bước chân chim
Loanh quanh trong chiều hoàng hôn
Lang thang gió trời lồng lộng
Lạc mất con đường
Mãi hoài mất hướng
Ưu tư ăn sợi tóc mềm
Sương rơi ướt trắng trái tim

Tuổi thơ tôi
Bất hạnh cắm bờ môi
Đau thương hằn vầng tráng
Khép nép nhìn bình minh
Sợ lắm ánh mặt trời

Tuổi thơ tôi
Tiếng gào kêu khát vọng
Trong tôi bao thèm muốn
Chăn chiếu dầu mong manh
Cho qua đêm giá lạnh

Tuổi thơ tôi
Mưa nắng rồi nắng mưa
Rách tươm từng trang vở
Nhàu nát bao ước mơ
Tương lai hun hút mịt mờ

Tuổi thơ tôi
Hoa khô không chờ nở
Lá rụng chẳng màng rơi
Mùa xuân về ve vảng
Khơi bao lời gọi mời

Tuổi thơ tôi
Đi trong tăm tối
Xa lạ rừng người
Chẳng đâu cội nguồn
Bụi đường lót ổ
Chất đầy cam khổ
Chẳng gì xua đuổi
Sao kỳ lạ, buồn bã tuổi thơ tôi?

Tự sự với Dòng sông Thơ Ca và Hoài niệm

Ta sinh ra giữa thế kỷ thứ hai mươi.
Thời hệ thức, chủ nghĩa thành hiện thực
Quê hương biến dạng đói nghèo bi cực
Dẫn căm thù đến chiến tranh đạn lửa ...

"Thằng bé tôi" thèm lời ru, miếng sữa.
Khát tiếng la rầy nghiêm khắc... của cha.
Thuyền độc mộc trôi chông chênh biển cả
Chẳng bến bờ biết khuất nẻo gần xa

Trường làng xa lắc bùn đẫm chân mưa
Cát bỏng phù thân lên sốt đậu mùa
Giường tre mọt mài xiêu nghiêng gãy đổ
Chiếc mền trăm lỗ tuôn lạnh đêm thu

Rồi phải sống trở trăn qua ngày tháng
Tập làm vui, biết hờn, giận, thở than
Biết thao thức ưu tư với lỡ lầm
Lúc âm thầm, khi dữ dội tâm can

Ta vào đời trong cuồng phong bão nổi
Lên bảy, mười ba lân la phố chợ
Đàn hát du hoang với trẻ không nhà
Tiếng hát cho người - Đàn hát nuôi ta

Giòng máu lạnh là thơ không bằng trắc,
Âm chữ chưa tròn sao rung điệu nhạc
Cuộc sống râm ran sụt trồi thăng giảm
Có "Trời nuôi" vẫn ký hiệu ngậm ngùi?

Tuổi trẻ hao mòn đường đi mất hướng
Hai làn đạn - bạn là thù - thù là bạn
Ranh giới vô hình sống chết đâu lưng
Vùng sôi đậu, trắng đen đồng tối sáng

Ta mò mẫm bên đèn mờ hư ảo
Sách vở học hoài chưa đủ nuôi thân
Bao khổ hạnh, phải không, hóa thơ nhạc?
Nước mắt rơi thầm, phải tiếng trăng sao?

Rồi tập tễnh làm thơ, dầu "chưa tới"
Chữ nghĩa thiếu điều... viết lách cong queo
Thơ văn thủa ấy rẻ nhẹ bọt bèo
Kết đoạn "nửa vời" chẳng đợi đầu đuôi

Ta có bạn thơ nhìn không bằng mắt
Nghe không bằng tai, lững lờ xanh mặt
Người "thiếu thuốc" lại suy tàn "không tưởng"
Để đêm về thêm nhiễm bệnh mộng du

Điểm lại: mất, còn, ai "bỏ cuộc chơi"?
Vũ Hữu Định[1*]... dở chừng... rượu chưa vơi
Tô như Châu[*2] A Khuê[*3] Trần Quang Lộc[*4]
Qúa đớn đau không qua bệnh hiểm nghèo

Hồ Đắc Ngọc[*5] Trần Dzạ Lữ[*6]... Ai nữa?
Nhớ rừng Sơn Trà[*7] lộng gió muôn phương
Cùng bạn thơ rượu của thời "vô hướng",
Quần tụ bên nhau tiếng hát ngọt bùi

Hỡi những bạn dự phần làm nên... ta
Ở phương nao lất lây nhớ quê nhà
Khẽ ru lời mang giòng sông dáng Mẹ
Chẳng Hồng Đào[*8] sao say khướt cơn mê

Sông Hương, sông Hàn, khe lạch Thanh Khê[*9]
Mênh mang sóng vỗ ngược nước xuôi cầu
Cảm ơn sông cưu mang thời thơ ấu
Dòng nước cuồn cuộn chảy xối đau tim

Sông trôi đi có tìm nguồn quay lại
Sao ta mơ hoài về tắm sông xưa
Sông có lúc lừng khừng ngưng giòng chảy
Sao trong ta chảy mãi một dòng sông

Khi ta hát có dòng sông chung hát
Khi ta đàn có tiếng nấc tủi thân
Ngày tháng mù sương hành trình vô hạn
Dự báo đường đi hụt hẫng vô ngần

Ôm thất sủng từ ước mơ cháy bỏng
Thành nỗi niềm rơi lạnh xuống dòng sông
Nhạc thơ ơi hòa tan trong hoài niệm
Ta một mình ngồi hát giữa mênh mông.

*1: Vũ Hữu Định, thi sĩ. Anh nguyên là ủy viên quảng bá Đoàn Du Ca Đà Nẵng, tác giả bài thơ "Còn chút gì để nhớ", Phạm Duy phổ nhạc thành ca khúc rất nổi tiếng từ trước 75 đến nay. Đời của bài hát hát này còn dài hơn cả đời của... tác giả. (Vũ Hữu Định mất 1984).

*2: Tô như Châu, nhà thơ, tác giả nhiều tập thơ trong đó bài "Có phải Em mùa thu Hà Nội". Trần Quang Lộc phổ thành ca khúc mà rất nhiều người yêu nhạc biết đến.

*3: A Khuê (bút hiệu của Hoàng Văn Phúc) thi sĩ, tác giả nhiều bài thơ hay nhưng ít người biết đến, trong có có bài "Về dây nghe Em", Trần Quang Lộc phổ nhạc. Bài hát Du Ca này rất phổ biến yêu mến trong quần chúng từ trước 1975 đến nay.

*4: Trần Quang Lộc, nhạc sĩ Du Ca, cùng thời và cùng một vai trò với tác giả (TXM), là đoàn phó Đoàn Du Ca Đà Nẵng. (Đoàn trưởng là nhạc sĩ Trần Đình Quân). 1971, Tr Q Lộc định cư vào Bà Rịa Vũng Tàu, qua đời 2019.

*5: Hồ Đắc Ngọc, họa sĩ. Tin anh qua Mỹ lâu rồi, sống ở New York (?) nhưng chưa liên lạc được..

*6: Trần Dzạ Lữ, nhà thơ. Hiện chủ một quán café ở Saigon...

*7: Sơn Trà, tên hòn núi nhỏ ở Đà Nẵng, nơi Sông Hàn chảy ra biển lớn.

*8: Hồng Đào, tên một loại rượu đặc thù của Quảng Nam, Đà Nẵng. Trích từ Ca dao: "Đất Quảng Nam chưa mưa dã thấm. Rượu Hồng Đào chưa uống đã say", mới thấy nồng độ của rượu Hồng Đào... mạnh cỡ nào rồi. Tuy nhiên, nghĩa câu này có ẩn ý khác, hay hơn...

Hình ảnh hôm nay.
Ngày mai nhớ đến...

Ảnh lưu niệm với học sinh niên khóa 1973-74 khi tác giả (bên trái) là giáo sư Âm Nhạc trường Nữ Trung Học Hồng Đức Đà Nẵng.
(Đà Nẵng 1974)
Hình chụp lại qua Iphone, do học sinh cung cấp.

Gặp 45 năm sau gặp lại tại Đà Nẵng 2017
(Thầy trò giờ đã thành... ông bà nội ngoại cả rồi.
Ơi thời gian và kỷ niệm!!!)

Ảnh lưu niệm trong Trại Tập Huấn Du Ca 1972.
Từ trái: Luật sư Lê Văn Kiểm (Ban cố vấn Đoàn Du Ca ĐN), nhạc sĩ huynh trưởng Du Ca Nguyễn Đức Quang (cả hai đều quá vãng).

Hát Du Ca với trưởng Hoàng Ngọc Tuệ,
Chủ tịch PTDCVN và Du ca Nam Cali 2012.

Sáng lập viên, đoàn trưởng Đoàn Du Ca Bắc CA.

Tác giả (trái, ngoài cùng), sáng lập viên Câu Lạc Bộ
Âm nhạc Bắc CA (1977). Bên cạnh là NS Phạm Ngọc Lân, từ Pháp về.
Người ở giữa, giơ tay là nhạc sĩ Nguyên Nhu, chủ nhiệm đương thời.
Bên phải, ngoài cùng là NS Trần Quảng Nam cựu chủ nhiệm.
Trong hình là thành viên CLB Âm nhạc.

Họp mặt với giới văn học báo chí Nam Cali:
trái Trương Xuân Mẫn, Phạm Quốc Bảo, Đỗ Quý Toàn,
Luật sư Nguyễn Tâm.

Dự đám tang NS Nguyễn Đức Quang.
Các nhà báo Nguyễn Văn Khanh, Huỳnh Lương Thiện,
Tài tử Kiều Chinh, nhà báo Đinh Quang Anh Thái,
Trương Xuân Mẫn, Nam Cali 2011.

Nhà nghiên cứu nghệ thuật Nguyễn Tuấn Khanh,
Nhà văn Nguyễn Xuân Hoàng (quá vãng),
Bác sĩ Nguyễn Hoàng Tuấn và tác giả. Milpitas, 2014.

Sinh hoạt trong Cơ Sở thơ văn Cội Nguồn.
Trái: Các nhà báo, thơ, văn sĩ : Hồ Linh, Lê Văn Hải,
Hùng Vĩnh Phước, Song Nhị, Diên Nghị, Trương Xuân Mẫn.

Nghệ sĩ Kim Oanh, giám đốc đài Saigon TV phỏng vấn trong một sinh hoạt văn học nghệ tại thính đường Báo Người Việt, Nam CA .

Họp mặt "tiểu gia đình" nhân Lễ Giáng Sinh tại nhà.
Milpitas, 2016.

Mục lục

- *Lời Mở Đầu* — 19
- *Tiếng đàn hoài niệm* — 11
- *Apshara* — 24
- *Bài Ca dao Mẹ* — 28
- *Bạn Tôi* — 30
- *Chiếc áo* — 34
- *Con Sóc* — 36
- *Dấu vết thời gian* — 38
- *Đọc Báo* — 40
- *Em bé Sapa* — 42
- *Giao ước* — 44
- *Dòng sông và nỗi nhớ* — 48
- *Hóa thân* — 50
- *Huế và tôi ơi* — 52
- *Làm Thơ* — 54
- *Lữ hành ca* — 58
- *Mộng du* — 60
- *Ngày mai, thứ Năm...* — 64
- *Nỗi Niềm* — 66
- *Nụ cười vô cảm* — 68
- *Quà tặng của trời* — 70
- *Tặng Hoa* — 74
- *Tiếng chim - tiếng đàn* — 76
- *Tháng Chín Thu về* — 78
- *Tiếng dế kêu* — 80
- *Tôi đi tìm tôi* — 82
- *Ma Sơ* — 84
- *Cây ớt và Em Bé chân trần* — 88
- *Bài Ca Đất Nước* — 90
- *Bài Ca Tự Do* — 92
- *Bài hát bỏ quên* — 94
- *Bàn Tay* — 97

- *Bất chợt* 98
- *Bên Vệ Đường* 100
- *Bỏ cuộc* 102
- *Bóng quê* 103
- *Bước Chân* 104
- *Buổi sáng bình yên* 106
- *Cancun* 108
- *Chiều trên đồi Foothill* 110
- *Con đường đã và chưa qua* 114
- *Đi tìm* 115
- *Con đường và Em* 116
- *Em bé và con Chuồn Chuồn* 118
- *Gặp thi sĩ Bùi Giáng* 122
- *Giòng tự sự* 123
- *Giọt nước mắt* 124
- *Lá vàng rơi* 125
- *Mơ hoang* 128
- *Người Đi Tôi Đi* 130
- *Nhật ký* 132
- *Nỗi lòng* 134
- *Tha phương* 136
- *Giỗ cha* 138
- *Thủa ấy, tình yêu* 139
- *Tiếng Chim* 142
- *Tiếng hát trăm năm* 144
- *Tình cờ nghe lại bài hát xưa* 146
- *Tượng Đài* 148
- *Thành công* 150
- *Thất bại* 151
- *Ăn Tết xứ người* 152
- *Ánh trăng* 153
- *Cỏ và Sương* 154
- *Nhớ* 155
- *Sau cơn biển động* 156

- *Thoát Thân*   157
- *Con chuồn chuồn*   158
- *Trở lại*   159
- *Dấu hỏi*   160
- *Giữa cơn sóng lớn*   161

Giòng thơ trước 1970:
- *Về thành phố*   164
- *Bước chân quen*   165
- *Mong ước*   166
- *Những bước chân học trò*   168
- *Nổi sóng*   170
- *Phân vân*   171
- *Sám hối*   172
- *Tình Hoang*   173
- *Vây Buồn*   174

- *Nhạc thơ thủa nào*   177
- *Lục bát Buồn*   178
- *Cho Dù*   179
- *Bóng Tôi*   180
- *Đi rong*   182
- *Em về em hỏi*   184
- *Nhớ quê*   185
- *Nụ cười*   186
- *Thơ tôi*   188
- *Thương tiếc Anh Hoàng Sơn Long*   189
- *Tiếng ve*   190
- *Thực và mơ*   192
- *Tuổi thơ tôi*   193
- *Tự sự với Dòng sông Thơ Ca và Hoài niệm*   196

Phụ Bản:
- *Hình ảnh hôm nay. Ngày mai nhớ đến*   201

TẬP CA KHÚC
trương xuân mẫn

DU CA
Việt Nam

2020

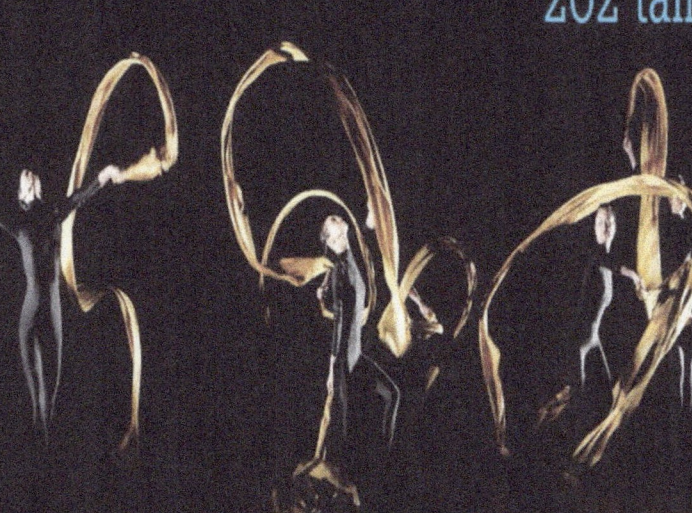

TRƯƠNG XUÂN MẪN

Cái nhìn từ con mắt thứ ba
202 tấm ảnh

2020

The book of photographs: "View from the third eye"

TRƯƠNG XUÂN MẪN

Đi rong một thời đi rong

**PHÓNG SỰ, KÝ
ĐOẢN VĂN
& TRUYỆN RẤT NGẮN**

2020

Liên lạc Tác giả
Trương Xuân Mẫn
manxtrương@yahoo.com
(408) 206-3953

Liên lạc Nhà xuất bản
Nhân Ảnh
han.le3359@gmail.com
(408) 722-5626

In lần đầu 500 cuốn
Kích thước 6 x 9 inch, dày 220 trang màu
Dành tặng bạn bè thơ văn,
ân nhân bảo trợ phát hành nội bộ.
(Giá ủng hộ)

www.ingramcontent.com/pod-product-compliance
Lightning Source LLC
Chambersburg PA
CBHW050740080526
44579CB00017B/74